# ஆழ்வார்களும்
# ஆசாரியர்களும்

பகுதி - 2

**செந்தமிழாக்கம்**

புலவர் த. கோவேந்தன்

சத்யா

**Title:**
Azhvargalum Aachariyargalum
Part - 2
Pulavar T. Kovendhan

ISBN: 978-93-92474-94-1
Title Code : Sathyaa - 064

நூல் தலைப்பு
ஆழ்வார்களும் ஆசாரியர்களும்
பகுதி - 2

நூல் ஆசிரியர்
புலவர் த. கோவேந்தன்

முதற்பதிப்பு
மார்ச் 2024

விலை : ₹ 180

பக்கம் : 145

Printed in India

**Published by**

Sathyaa Enterprises
No.137, First Floor,
Choolaimedu,
Chennai - 600 094.
044 - 4507 4203

Email
sathyaabooks@gmail.com

## உள்ளே...

| | | |
|---|---|---|
| 1. | பெரிய நம்பிகள் | 4 |
| 2. | திருக்கச்சி நம்பிகள் | 11 |
| 3. | மாறனேர் நம்பிகள் | 56 |
| 4. | பிள்ளை உறங்கா வில்லிதாசர் | 61 |
| 5. | அகளங்க நாட்டு ஆழ்வார் | 76 |
| 6. | கூரத்து ஆழ்வார் | 83 |
| 7. | கூரத்து ஆண்டாள் | 93 |
| 8. | பெரிய திருமலை நம்பிகள் | 98 |
| 9. | வேதாந்த தேசிகர் | 103 |

# 1. பெரிய நம்பிகள்

மாளவந்த மானுடத்தை மாளாமல் வாழ்வித்த
ஆளவந்தார் தாளை அடைந்துயர்ந்து மீளவந்தார்
மாறனேர் நம்பிக்கை வாழ்வளித்தார் நூலுரைத்தார்
தீறன் பெரியநம்பி தேவு

திருவரங்கத்தில் பெரியநம்பிகள் பிறந்தார். அவர், தென்மொழி. வடமொழி என்னும் இரு மொழிநூல்களையும் கசடு அறக் கற்றார். அக் கல்விக்கு ஏற்ப வாலறிவன் திருவடித் தாமரைகளைத் தம் மனத்தில் எப்போதும் மலர வைத்துப் போற்றும் மெய்யன்பினராய் விளங்கினார். அவரிடத்தில் அறிவு, அன்பு. அருள், அடக்கம், பொறுமை, அழுக்காறின்மை, இன்மொழி, ஈகை என்னும் குணங்கள் பொருந்தி இருந்தன. பெரியநம்பிகள், அக் காலத்தில் மேலோர்கள் யாவரும் போற்ற விளங்கியிருந்தவரும், நாதமுனிகளுடைய திருப்பேரரும் வைணவ சமயமாகிய பயிர் தழைத்தோங்கச் செய்யா நின்றவரும் ஆகிய ஆளவந்தாரை அடைந்தார். அவர்பால் திருமந்தி ரம் முதலிய ஐந்து அங்கங்களையும் பெற்று, அவரை அறிவாசிரியரா கக் கொண்டு, அவர் உவக்கும்படி பல தொண்டுகளைப் புரிந்து வரலானார். அதனால் ஆள வந்தார் பெரிய நம்பிகள்பால் அன்புமிக்கவர் ஆனார். ஆள

வந்தாருடைய சீடர்கள் இருபத்துமூன்று பேர் ஆவர். பெரியநம்பிகள், பெரிய திருமலை நம்பிகள், திருக்கோட்டியூர் நம்பிகள், மாறனேர் நம்பிகள், திருக்கச்சிநம்பிகள், திருமாலை ஆண்டான், வானமாமலை யாண்டான், தெய்வ வாரியாண்டான். ஈசனாண்டான், சீயராண்டான், ஆளவந்தாராழ்வான், திருக்குருகூரப்பன், திருமோகூரப்பன், திருமோகூர் நின்றான். தேவப்பெருமாள், வகுளாபரண சோமயாசியார், திருக்குருகூர்தாசர், திருமாலிருஞ்சோலைதாசர்,வடமதுரைப் பிறந்தார் எனப்படும் கோவிந்ததாசர், ஆட்கொண்டீர் அம்மங்கியார், அரச புரோகிதராகிய நாதமுனிதாசர், அரசர் ஆகிய சோழர் ஆண்டார், அரசருடைய கோப்பெருந்தேவியார் ஆகிய திருவரங்கத் தம்மையார் என்பவர்கள். பெரிய நம்பிகள் ஆளவந்தாருக்கு இவர்களுள் தலைமைத் தொண்டராய் விளங்கினார்.

ஆளவந்தார் தம்பால் நீங்காத பேர்அன்பினராய் விளங்கும் பெரிய நம்பிகளுக்கு உயர்வு ஒப்பு இல்லாததும், தம் மனத்திற்கு இன்பம் விளைப்பதும் ஆகிய ஒரு தொண்டை அருளத் திருவுளம் கொண்டார். அவரை நோக்கி, "அன்புடையீர், நாம் உமக்குச் சிறந்ததொரு தொண்டினை ஏற்படுத்த விரும்பியுள்ளோம்; அதனை ஒப்பதொரு தொண்டு உலகிற் பிறிது ஒன்றும் இல்லை. அதுவே வைணவர் என்பாருடைய மெய்ந்நின்ற அறிவு தெளிவுற விளக்குதற்கு உரியதும் ஆகும், " என்று கூறி, அவருக்கு மாறனேர் நம்பிகளைக் காட்டியருளி, இவருக்கு நீர் "உம்மாலியன்ற தொண்டுகளைப் புரிந்து வருதல் வேண்டும். இத் தொண்டே நாம் உமக்கு ஏற்படுத்தக் கருதிய தொண்டாகும்" என்றார். பெரியநம்பிகள், வணங்கிக் கண்கள் நீர் சொரிய நின்று "அடியேன் உய்ந்தேன், உய்ந்தேன்; உலகில் மக்களைச் சார்தற் குரிய எல்லாக் குற்றங்களினின்றும் நீங்கி உய்ந்தவன் ஆனேன். தேவரீர் திருவடிகளை அடைந்ததன் பயனை இப்பொழுதே பெற்றவன் ஆனேன்" என்று கூறி, ஆளவந்தார் திருவடிகளை மீண்டும் வணங்கி நின்றார். ஆளவந்தார் மிக்க அன்புடன் அவரைத் தழுவிக் கொண்டு, வாழ்த்தினார். பெரிய நம்பிகள் அன்று முதல் மாறனேர் நம்பிகளுக்குத் தம்மால் இயன்ற தொண்டுகளைப் புரிந்து வரலாயினார்.

## இராமானுசரை அழைத்துவரல்

ஆளவந்தார் கோயிலில் இருந்து பலருக்கும் தமிழ்மறையாகிய

திருவாய்மொழி முதலியவற்றின் பொருள்களை அருளிச் செய்து கொண்டிருக்கையில், இராமானுசருடைய மேலான அறிவு, அன்பு முதலிய குணங்களைக் கேள்வியுற்றுப் பெருமாள் கோயிலுக்குச் சென்றார். தமக்கு வேதாந்த நூல்களைக் கற்பிக்காத யாதவப் பிரகாசருடன் பெருமாள் கோயிலுக்கு வந்த இராமானுசரைத் திருக்கச்சி நம்பிகள் காட்டக் கண்டு அவருடைய திருமுக ஒளியை நோக்கினார்; அவரைத் தமக்குச் சீடராக்கி அருளுதல் வேண்டும் என்று பேரருளாளனை வேண்டிக் கொண்டு, திருவரங்கம் பெரிய கோயிலுக்கு மீண்டு வந்து விட்டார். பிறகு ஆளவந்தார் தம்முடைய திருமேனியில் நோய் உண்டாகப் பெற்றிருக்கையில், பெருமாள் கோயிலினின்று இரண்டு வைணவர்கள் ஆளவந்தாரைச் சேவிக்க வந்தார்கள். ஆளவந்தார், அவர்களை நோக்கி, "இப்பொழுது ராமானுசர் யாது செய்கின்றார்" என்று வினவினார். அவர்கள் "இராமானுசர் இப்போது யாதவப்பிரகாசரை விட்டு விலகித் திருக்கச்சி நம்பிகள் கூறியருளியபடி பேரருளாளனுக்குத் தொண்டு புரிந்து கொண்டிருக்கின்றனர்" என்று கூறினார்கள். ஆளவந்தார், உடனே ஒரு (சுலோகம்) சொல்மாலை எழுதிப் பெரிய நம்பிகளிடத்திற் கொடுத்து, நீர் பெருமாள் கோயிலுக்குச் சென்று, இராமானுசரை அழைத்து வருவீராக" என்று கூறி அவரை அனுப்பினார். பெரிய நம்பிகள், அவ்வாறே சென்று, அவரை அழைத்து வரலாயினார். ஆளவந்தார் தம் திருமேனியில் நோய் மிக்க தனால், திருநாட்டுக்கு எழுந்தருள, முதலிகள், பலரும் கூடித் திருப் பள்ளிப்படுத்தற்காக, அவர் திருமேனியைத் திருக்கரம்பன் துறைக்குக் கொண்டு வந்தார்கள். பெரியநம்பிகள் அம் மக்கள்திரளைக் கண்டு, அஃது, ஆளவந்தார் திருமேனியைத் திருபள்ளிப்படுத்தற்கு அங்கு வந்த திரள் என்பதைச் சிலரை விளவி அறிந்து கொண்டு, மிகவும் வருந்திப் பிறகு இராமானுசரை அழைத்துச் சென்று, அவர் திருமேனியை வழிபடச் செய்தனர்.

## இராமானுசருக்கு ஐந்து அங்கம் அருளல்

ஒருமுறை முதலிகள் பலரும் கூடிப் பெரிய நம்பிகளை நோக்கி, "அருட்குணச் செல்வரே, இனி இவ் வைணவ சமயத்துக்குத் தலைவராய் இருந்து, இதனை வளர்க்க வல்லவர் யார்?" என்று வினவினார். பெரியநம்பிகள், "அன்புடையவர்களே! ஆளவந்தாருடைய திருவுள்ளம் யார்பால் இருந்தது என்பது நீங்கள் அறியாதது இல்லை" என்றனர்.

அம் முதலிகள், "ஆளவந்தாருடைய திருவுள்ளம் இராமானுசர்பால் இருந்தது; தேவர் பெருமாள் கோவிலுக்குச் சென்று இராமானுசருக்கு ஐந்து அங்கங்களை அருளி அவரைத் தேவருடைய சீடராக ஆக்கிக் கொண்டு, அழைத்து வந்து கோயிலில் இருத்தியருளல் வேண்டும்" என்று கூறினார். பெரிய நம்பிகள் தம்முடைய இல்லக்கிழத்தி அருங்குணச் செல்வியாருடன் புறப்பட்டுப் பெருமாள் கோயிலை நோக்கிச் சென்றார். அப்போது இராமானுசருக்கு நாம் யாரை அறிவாசியராகக் கொள்வது என்னும் ஐயம் உண்டாயிற்று. அதனால், அவர் திருக்கச்சிநம்பிகளை அடைந்து, வணங்கி அவரால் தாம் பெரிய நம்பிகளை அறிவாசிரியராகக் கொள்ளுதல் வேண்டும் என்பது பேரருளாளன் திருவுள்ளம் என்பதனை உணர்ந்தார். கோயிலை நோக்கிப் புறப்பட்டுச் சென்றார். பெரிய நம்பிகள் பெருமாள் கோயிலை நோக்கி வரும் வழியில் மதுராந்தகத்தில் உள்ள ஏரிகாத்த பெருமாள் கோயி லுக்குள் சென்று, அக்கோயிலில் எழுந்தருளியுள்ள மலர்மகள் மணாளனை வணங்கி அங்குத் தங்கியிருந்தார். கோயிலை நோக்கி வந்து கொண்டிருந்த இராமானுசரும் மதுராந்தகத்தை யடைந்தார். அப் பதியில் எழுந்தருளியுள்ள ஏரிகாத்த பெருமாளைச் சேவிக்கக் கோயிலுக்குள் சென்றார். அங்குப் பெரியநம்பிகளைக் கண்டு வியப்பு எய்தி. இஃது எம்பெருமான் திருவருளே" என்று எண்ணி, அகம் மகிழ்ந்து பெரியநம்பிகளிடம் சென்று அவர் திருவடிகளை வணங்கித், தேவரீர் அடியேனை ஆட்கொண்டருளுதல் வேண்டும்" என்றார். பெரியநம்பிகள் நாம் தேடி வந்த அரும்பொருளை இடை வழியிலேயே அடையச் செய்தானே! என்னே எம்பெருமான் திருவருள்!" என்று எண்ணி, மனம் மகிழ்ந்து இராமானுசர் கூறியபடி அவருக்கு ஐந்து அங்கங்களை அருளி அவரைத் தம் மாணாக்கராக ஏற்றுக் கொண்டார்.

பிறகு இராமானுசருடைய வேண்டுகோட்கு இணங்கிப் பெருமாள் கோயிலுக்குச் சென்று, பேரருளாளனையும், பெருந்தேவித் தாயாரையும் வணங்கிச் சென்று இராமானுசருடைய திருமாளிகையில் தங்கினார். இராமானுசரும் அவருக்கும் அவருடைய திருத்தேவியார்க்கும் வேண்டுவன கொடுத்து அவர்களைக் குறைவறப் பேணி வந்தனர். ஒருநாள் பெரியநம்பிகளுடைய இல்லக்கிழத்தியார் விசயாம்பாள் என்பவரும், இராமானுசர் மனைவியார் தஞ்சமாம்பாள் என்பவரும் நீர் முகக்க நீர்த்துறைக்குச் சென்றார்கள். அவர்கள் நீர் முகக்கையில்

விசயாம்பாள் என்பவரின் நீர்க்குடம் தளும்பினதால், அதினின்றும் ஓர் துளி நீர் சிதறித் தஞ்சமாம்பாள் நீர்க்குடத்தின் மேல் விழுந்தது. அதனால், தஞ்சமாம்பாள் சினங் கொண்டு விசயாம் பாளைக் கடுஞ் சொற்களால் வைதார். அதனால் விசயாம்பாள் மனம் நொந்து இரு கண்களும் நீர் சொரிய மனைக்கு வந்தார். அப்போது இல்லத்தி லிருந்த பெரியநம்பிகள் அவரை நோக்கி, "நீ ஏதுக்கு இங்ஙனம் வருந்து கின்றாய்" என்று கேட்டார். அவ் அம்மையார். நிகழ்ந்தவற்றைக் கூறினார். பெரியநம்பிகள் அவ்வம்மையாரை வெகுண்டு உரைத்து, "இனி இங்கு இருப்பின் பாகவத அபசாரம் ஏற்படும்" என்று கூறி, அவ்வம்மையாரோடு திருவரங்கத்திற்கு வந்துவிட்டனர். பிறகு இராமானுசர், துறவறம் பூண்டனர். பெரிய நம்பிகள் முதலியோர் அதனை அறிந்து, இராமானுசரை அழைத்து வரும்படி திருவரங்கப் பெருமாள் அரையரை அனுப்பினார்கள். அவர் அவ்வாறே பெருமாள் கோயிலுக்குச் சென்று இராமானுசரை அழைத்துவந்தனர்.

## ஈமக்கடனில் இடர்

பெரியநம்பிகள் மாறனேர் நம்பிகளுக்குத் தம்மால் இயன்ற தொண்டு களைச் செய்து கொண்டிருக்கையில் மாறனேர் நம்பிகள் திருநாட்டை அலங்கரித்தார். பெரியநம்பிகள் ஆவை இழந்த கன்று என வருந்திப் பிறர் தேற்றத் தேறிப் பிறகு செய்வன செய்து மாறனேர் நம்பிகள் திரு மேனியை அந்தணத்துறவிகளுக்கு ஆகிய முறைப்படி திருப்பள்ளிப் படுத்தி விட்டு வந்து தம் திருமாளிகைக்குள் சென்று நீராடாமலே பெருமாள் திருவடிகளை விளக்கி, அமுது செய்வித்துத் தாமும் அமுது செய்திருந்தார். அங்குள்ள மறையவர் அனைவரும் இச் செய்தியை அறிந்து பெரிய நம்பிகளிடம் அருவருப்புக் கொண்டனர். அன்றியும், "என்னே இவர் இங்ஙனம் வரம்பிகந்த செயலைச் செய்தது, தக்க செயல் ஆகுமோ" என்றும் கூறலானார்கள். இராமானுசர் அவற்றை அறிந்து பெரியநம்பிகள் தனித்திருக்கும் நேரம் அறிந்து அவரிடம் சென்று, திருவடிகளை வணங்கிச் "சுவாமி, தேவர் ஏவியவற்றைச் செய்தற்கு அடியேன் முதலாகப் பலர் காத்துக் கொண்டிருக்க மாறனேர் நம்பிகளுக்குச் செய்ய வேண்டிய ஈமக்கடன்களை அடியேங்களை ஏவிப் பணி கொள்ளாமல், தாங்களே அதனைச் செய்தது இங்குள்ள மறையவர் மனங்களைப் புண்படுத்திற்று. அன்றியும் அவர்கள் இவர் இங்ஙனம் வரம்பிகந்த செயலைச் செய்தது தக்க செயல் ஆகுமோ? என்றும்

கூறுகின்றார்கள்" என்று கூறினார். பெரியநம்பிகள் அவற்றைக் கேட்டுப் புன்னகையின் ஒளி தவழ்ந்து பொலியும் திருமுகத்துடன் இராமானுசரை நோக்கித், "துறவிகளின் தலைவரே! மாறனேர் நம்பிகள் ஆள வந்தாருடைய அன்புக்கு முற்றும் உரியவர்கள் ஆனவர்களுள் ஒருவர் ஆவர். அவருக்கு நான் ஈமக்கடன் செய்தது தவறு என அவர்கள் எண்ணுதற்குக் காரணம், மாறனேர்நம்பிகளின் அளவிட்டு உரைத்தற்கு அரிய அறிவுச் சிறப்பையும் ஒழுக்க மேன்மையையும் அறியாமையே. நான் அவருக்கு ஈமக்கடன் செய்தது வரம்பிகந்த செயல் என அவர்கள் கூறுகின்றனர் எனக் கூறினீர். அங்ஙனம் அவர்கள் கூறுதற்குக் காரணம் "மேலையார்" செய்ததனை எண்ணிப் பாராமையேயாகும். இரகு குலத்தில் தோன்றிய பெருமாள் பறவை இனத்தில் தோன்றிய சடாயு வுக்கு மைந்தரின் நிலையிலிருந்து ஈமக் கடன்களைச் செய்ததற்குக் காரணம் தம் தந்தை தசரத சக்ரவர்த்தியாரின் அன்பை அப் பறவை அரசர் பெற்றிருந்தமையே அன்றோ? அவருக்குப் பெருமாள் அங்ஙனம் கருமம் செய்த ஏற்றத்தைக் கொண்டன்றோ பாகவதர்கள் அவரைச் சடாயு என்று கூறுவது, வடிவத்துக்கு ஏற்றது ஆகாது என்று கருதிப் பெரிய உடையார் என்று கூறுவாராயினர். நான் பெருமாளை விட உயர்ந்தவனோ? மாறனேர்நம்பிகள் பெரிய உடையாரை விடத் தாழ்ந்தவரோ?

       பயிலும் சுடரொளி மூர்த்தியைப் பங்கயக் கண்ணனைப்
       பயில இனியநம் பாற்கடல் சேர்ந்த பரமனைப்
       பயிலுந் திருவுடை யாரெவ ரேலும் அவர்கண்டீர்
       பயிலும் பிறப்பிடை தோறெம்மை யாளும் பரமரே

       நெடுமாற்கு அடிமை செய்வேன்போல்
         அவனைக் கருத வஞ்சித்துத்
       தடுமாற்று அற்ற தீக்கதிகள்
         முற்றும் தவிர்ந்த சதிர்நினைந்தால்
       கொடுமா வினையேன் அவனடியார்
         அடியே கூடும் இது அல்லால்
       விடுமாறு என்ப தென்னந்தோ
         வியன்மூ வுலகு பெறினுமே"

என நம்முடைய சமயத்தார் யாவருக்கும் முதற்குரவர் ஆகிய நம்மாழ் வார் அருளிச் செய்தவை கடலொலியோ" என்றார். உடையவர்

பெரியநம்பிகளை வணங்கி, அவரிடம் விடைபெற்றுச் சென்று அவ் ஊரில் பெரிய நம்பிகள்பால் அருவருப்புக் கொண்டிருந்த மறையவர் அனைவரையும் வருவித்து அவர்களுக்குப் பெரியநம்பிகளின் திருவுள்ளக் குறிப்பை விளக்கிக் கூறி அவர்களுடைய அறிவு மயக்கத்தைப் போக்கினார்.

பேரருளாளன் திருவுள்ளம் முற்றும் பெற்றவரும் அப் பெருமான் அன்பினுக்கு உறைவிடம் ஆனவரும், அப் பெருமானோடு நேரிற் பேசிவந்தவரும், ஆகிய திருக்கச்சிநம்பிகளை அப் பேரருளாளன் நோக்கிப் "பாகவதாபிமானம் இல்லாதார்க்கு வீடுபேறு கிடையாது" என்று கூறியருளத் திருக்கச்சிநம்பிகள், மாட்டுக்காரனைப் போல வேடங்கொண்டு பெரிய நம்பிகளுக்குத் தொண்டு புரிந்து அவருடைய அன்பைப் பெற்றார்.

இங்ஙனம் இவர், பலரும் போற்றும் ஞானம், ஒழுக்கம், திருமகள்நாதன் அன்பு முதலிய சிறந்த குணங்களுடன் நூற்றைந்து ஆண்டுகள் எழுந்தருளியிருந்தார் என்ப. இவருடைய மைந்தர் புண்டரீகாட்சர் என்பார். இவருடைய திருமகளார் அந்துழாய் அம்மாள் என்பவர். இவருடைய சீடர்கள் (1) உடையவர். (2) மலைகுனிய நின்றார். (3) சடகோபதாசர், (4) அணியரங்கத்தமுதனார்பிள்ளை, (5) திருவாய்க்குலமுடையார். (6) பட்டர் முதலானவர்கள். சீபராங்குச தாசர், மகாபூர்ணர், பூரணாசாரியர் என்பன இவருடைய மறு பெயர்களாகும். இவர் தோன்றிய நாள் மார்கழித்திங்கள் முன்பக்கத்துப் பஞ்சமி திதி. நாள் கேட்டை,

அம்புவியற் பதின்மர்கலை ஆய்ந்துரைப்போன் வாழியவே
ஆளவந்தார் தாளிணையை அடைந்துய்ந்தோன் வாழியவே
உம்பர்தொழும் அரங்கேசர்க் குகப்புடையோன் வாழியவே
ஓங்குதனுக் கேட்டைதனில் உதித்தபிரான் வாழியவே
வம்பவிழ்தார் வரதருரை வாழிசெய்தான் வாழியவே
மாறனேர் நம்பிக்கு வாழ்வளித்தோன் வாழியவே
எம்பெருமா னார்முனிவர்க் கிதமுரைத்தான் வாழியவே
எழிற்பெரிய நம்பிசரண் இனிதூழி வாழியவே

# 2. திருக்கச்சி நம்பிகள்

அகத்தும் புறத்தும் அரங்கனே! உன்தன்
முகத்தையே காண்கிறேன் மொய்ம்பார் – சகத்தின்
இரட்சகனே என்று திருக்கச்சி நம்பி
உரத்துக்கு உண்டோஓர் ஒப்பு.

தொண்டை நாடு, எக்காலும் பல சான்றோர்கள் தோன்றி விளங்குதற் குரிய நாடாய் விளங்குவதாகும். அது கருதியே ஔவை யார் "தெண்ணீர் வயற்றொண்டை நன்னாடு சான்றோருடைத்து" என்று கூறியருளினார். தமிழகத்தின் வடவெல்லையாய் இருப்பதும், "தேனார் பூஞ்சோலைத் திருவேங்கடம்" என்றும், "தென்னவென வண்டினங்கள் பண்பாடும் வேங்கடம்" என்றும், மந்திபாய் வட வேங்கட மாமலை" என்றும்; "செழுங்கொழும் பெரும்பனி பொழிந்திட விழுந்துலாந் தெழுந்து விண் புடைக்கும் உயர்ந்த வேய் வேங்கடம்" என்றும் பெரியோர்களால் புகழப் பெற்றதும் ஆகிய திருவேங்கடமலை இந் நாட்டின் வட வெல்லை ஆகும். முன்னே இந் நாடு இருபத்து நான்கு கோட்டங்களாக வகுக்கப்பட்டிருந்தது. அக் கோட்டங்கள்: எயில், தமால்,சிறுகாரை, படூர், சோழசிங்கபுரம், குன்றவர்த்தனம், திருத்தணிகை, மணவூர், திருப்பதி, பல்குன்றம், வெண்குன்றம், காலூர், விளர்காடு, வேலூர்,

ஈக்காடு, செம்பூர், புலியூர், புழல், மையூர், ஊற்றுக்காடு, ஆமூர், செங்காட்டூர், ஈசூர். களத்தூர் என்பன. இந்நாட்டின் தலைநகரம் காஞ்சிபுரம் ஆகும். இந் நாட்டில் பல வகையாகிய கைத்தொழில்களும் வாணிபமும் செழித்து விளங்கும். இந்நாட்டு மக்கள் இலக்கண இலக்கியங்களையும் நன்கு கற்றுணர்ந்தவர்கள்.

கணிகண்ணர் என்னும் அரும்புலவர், இந் நாட்டு அரசன் முனிவால் காஞ்சிபுரத்தை விட்டுச் செல்லக் கருதி; அதனைத் தம் அருமைக் குரவர் திருமழிசைப்பிரானாருக்குக் கூற, அவர்,

கணிகண்ணன் போகின்றான் காமருபூங் கச்சி
மணிவண்ணா நீயிங்கிராதே – துணிவுடனே
செந்நாப் புலவன்யான் செல்கின்றேன் நீயுமுன்றன்
பைந்நாகப் பாய்சுருட்டிக் கொள்

என்று கூற, அப் பெருமானும் அங்ஙனமே தன் பாம்பணையைச் சுருட்டிக் கொண்டு, கணிகண்ணர் முன்னும், அவர் பின்னர்த் திருமழிசையாரும் செல்ல, அவர்களுக்குப் பின் தான் சென்று ஓரிடத்தில் தங்கியிருக்க அந் நகர மன்னன் அதனை அறிந்து, கணிகண்ணரை வணங்கி வேண்டினான். அவர் அரசன் வேண்டுகோட்கு இணங்கிக் கச்சிக்குத் திரும்ப எண்ணித் திருமழிசைப் பெருமானாருக்குத் தெரிவிக்க அவர்.

கணிகண்ணன் போக்கொழிந்தான் காமருபூங் கச்சி
மணிவண்ணா நீகிடக்க வேண்டும் – துணிவுடைய
செந்நாப் புலவனும் போக்கொழிந்தேன் நீயுமுன்றன்
பைந்நாகப் பாய்படுத்துக் கொள்

என்று கூறியருள, அப் பெருமானும் அவ்வாறே அவர்களோடு சென்று. திருக்கச்சியைச் சார்ந்த திருவெஃகாவில் பள்ளி கொண்டருளினான். அங்ஙனம் அவர்கள் சென்று தங்கிய இடத்திற்கு அதுமுதல் ஓரிரவிருக்கை என்பது பெயராயிற்று. இத்தகைய அருமையான வரலாற்றைக் கொண்டதும் இத்தொண்டை நாடேயாகும்.

## பூவிருந்தவல்லி

தொண்டை நாட்டில் நீர்நில வளங்களாற் சிறந்த பல ஊர்கள் உள்ளன. அவற்றுள் ஒன்று பூவிருந்தவல்லி. மற்றெல்லா ஊர்களிலும் உள்ள கொடிகளின் மலர்களைவிடச் சிறந்த நறுமணம் கொண்ட மலர்களை

உடைய கொடிகளைக் கொண்டிருத்தலின் பூவிருந்தவல்லி என்னும் பெயரைப் பெற்றது.

அவ்வூரில் பெருஞ்செல்வரும் ஏற்பார்க்கு இல்லை என்னாமல் அருளும் ஈகையாளரும் ஆகிய வீரராகவர் என்னும் வணிகர் ஒருவர் இருந்தார். அவர், கல்வி, அறிவு, நல்லொழுக்கங்களின் உருவம் ஆனவர். திருமாலின் திருவடிகளை எப்போதும் நினைப்பில் உடையவர் வாணியத்தினால் அறம் பிறழாத வகையிற் பொருளை ஈட்டித் தம் முன்னோர்கள் ஈட்டி வைத்த பொருளை மேன்மேலும் வளர்ந்தது. தென்புலத்தோர் தெய்வம், விருந்து, ஒக்கல், தாம் என்னும் ஐம்புலத் தாறும் ஓம்பி எளியரைப் பாதுகாத்துவரும் அருங்குணச் செல்வர். அவர், இல்லறம் என்னும் நல்லறத்தை மேற்கொள்ளக் கருதி கமலையார் என்னும் நல்லியல் நங்கையாரை மணக்கப் பெரியோர்களை முன்னிட்டு உறுதி செய்தார். உடனே பெரியோர்கள் சுற்றத்தார்க்கும் நட்பினருக்கும் கூறி அத் திருமணம் முடித்தனர். மலர்க்குழல் மங்கையர்கள் மங்கலப் பாடல்களைப் பாடினார்கள். கலையறிவும் நற்குணங்களும் அமைந்த முதியவர்கள் வாழ்த்தினார்.

திருமணம் நன்கு நிறைவுற்றது. வீரராகவரும் கமலையாரும் உலகின் மக்கள் யாவரும் தங்களைப் பின்பற்றி ஒழுகும்படி இல்லறந்தை இனிது நடத்திவந்தார்கள். அவர்களுடைய இல்லறத்தின் நன்கலம் ஆக அவர்கட்கு ஒரு நன்மைந்தன் தோன்றினான். அம் மைந்தனுக்குப் பெற்றோர்கள் திருவேங்கடத்தப்பனிடம் தங்களுக்குள்ள அன்பின் அறிகுறியாகத் திருவேங்கடவன் என்னும் திருப்பெயரை வைத்தார்கள். அவர்களுக்கு மீண்டும் ஒரு மைந்தன் தோன்றினான். அச் செல்வனுக்கு அருள்கூரப்பன் எனத் திருமலையப்பன் திருப்பெயரையே வைத் தார்கள். அவர்களுக்கு மீண்டும் ஒரு மைந்தன் தோன்றினான். அவர்கள் அச் செல்வனுக்கு மலைகுனிய நின்றான் என வேங்கடத் துறைவான் திருப்பெயரையே வைத்தார்கள்.

## திருக்கச்சி நம்பிகள்

மீண்டும் கமலையார் கருவுற்றார். அப்போது அவ்வம்மையாருடைய திருமேனி திருக்கச்சியில் எழுந்தருளியுள்ள பேரருளாளன்தன்பால் அன்பு கொள்ளுதற்குரிய ஓர் அருமருந்தன்ன அருங்குணச் செல்வரை அவர்களுக்கு மைந்தராக கருதியதனான் போலும் மிக்க ஒளியுடன்

விளங்குவதாயிற்று. அதனைக் கண்ட உறவினர் யாவரும் இவள் இதுகாறும் கருவுற்ற போது காணப்படாத ஒரு பேரொளி இப்பொழுது இவள்மேனியிற் காணப்படுகின்றது! ஆதலின், இம் முறை இவள் ஈனும் மகவு உலகுக்கே ஒரு பேரொளியை அளிக்கும் மகவாயிருக்கும் என்பதில் சிறிதும் ஐயமில்லை" என்று தமக்குள் பேசிக் கொண்டனர். வீரராகவரும் அப்போது அவ்வம்மையாருடைய திருமேனியிற் காணப்பட்ட பேரொளியைக் கண்டு, வியப்பும் களிப்பும் எய்தி, "இம்முறை நமக்குத் தோன்றும் மகவு பெறற்கு அரிய பேறாய் விளங்கும் " என்றெண்ணி மகிழ்த்திருந்தார்.

கமலையார், மாசித்திங்கள், மிருகசீரிடம் நாள் வளர்பிறைத் தசமி திதி. இடப இலக்கினம் வியாழக்கிழமை நன்னாளில் ஓர் அருமருந்து அன்ன மகவை ஈன்றார். அம் மகவைக் கண்டவர் சிலர் "இக் குழவிக்குக் கௌசலை பெற்ற கார்முகில் வண்ணனை உவமையாகக் கூறுதுமோ? யசோதையின் இளஞ்சிங்கத்தை உவமையாகக் கூறுதுமோ?" என்றனர்.

"இப் பிள்ளையின் முகத்தில் தோன்றும் ஒளியை ஞானஒளி என்று கூறுவமோ? அன்பின் ஒளி என்று உரைப்போமோ?" என்று கூறினார்கள். இங்ஙனம் பலரும் அம் மகவைக் கண்டு களித்துப் புகழலானார்கள். வீரராகவர் அம் மகவைக் கண்டு களிப்புக் கடலுள் மூழ்கினார். அத்திகிரியில் எழுந்தருளியிருக்கும் போருளாளன் தம்முடைய மனத்தில் தோற்றுவித்தபடி பத்து நாளும் கடந்த இரண்டாம் நாள் அம் மகவுக்குத் திருக்கச்சிநம்பி என்னும் பெயரை வைத்தார்கள்.

## கற்பன கற்றுச் சிறத்தல்

மைந்தர் நால்வரும் உரிய வயதில் கற்கத் தொடங்கச் செல்லிய நற்றமிழ் நூல்களையும், வடமொழிக் கலைகளையும் நன்கு பயின்று தெளித்து, பலவகையாகிய கணித நூல்களினும் சிறந்த அறிவு உடையவர்களாய் விளங்கினார்கள். அம் மைந்தர்களுடைய அறிவின் மேன்மையைக் கண்டவர் "இம் மைந்தர்கள் அறிவின் ஒளியால் யாவரும் புகழ்தற்கு உரியவர்கள் ஆவர்" என்று கூறலானார். அவை அவர்களுடைய பெற்றோர்களுக்கு மிக்க மகிழ்ச்சியை விளைவித்தன. அம் மைந்தர்களுள் திருவேங்கடவர் முதலிய மூவரும் அறநெறியினின்று தவறாதவர்களே ஆயினும், உலக நலங்களில் பற்றுடையவர்களாய் விளங்கினார். திருக்கச்சி நம்பிகள் உலக நலங்களில் பற்று இன்றி

மாயோனின் மலரடிகளிலேயே தம் கருத்தைச் செலுத்தி வந்தார். அதனால் வீரராகவருக்கு அவர்பால், "இவன் மணம் புரிந்து கொண்டு இல்லறத்தில் இருந்து நம்மை மகிழ்விப்பனோ? அன்றி, இல்லைத் துறந்து சென்று விடுவனோ?" என்னும் ஐயம் உண்டாயிற்று.

## திருக்கச்சி நம்பிகள் துறவு

வீரராகவர் ஒருநாள் அம் மைந்தர் நால்வரையும் அழைத்துக் நம்மருகில் இருத்தி, "எவ் அருமைச் செல்வர்களோ நான் உலகண்ணல் திருவருளை முன்னிட்டு அறத்தினின்றும் பிறழாமற் பல வகையாக முயன்று. பொருளை ஈட்டினேன். இனி நான் ஓய்வு கருதியுள்ளேன். இனி நீங்கள் அப் பொருளை நமக்கு உரிய வாணிபத்தொழிலால், மேன்மேலும் வளர்த்தல் வேண்டும்.

கல்வியின் பயன் கற்ற வழியில் நிற்றலும், வாலறிவன் மலரடி களை வழுத்துதலும் ஆகும். பொருளின் பயன் இல்லறத்தின் வழுவாத வழியிற் பல்லறங்களைப் புரிந்து வாழ்தல் ஆகும். என் அரும்பெறல் மைந்தர்களே! நான் உங்கட்குக் கூற வேண்டியவற்றைக் கூறினேன். நீங்கள் உங்கள் நல்லறிவைக் கொண்டு மேன்மையுற விளங்கி உங்களை பெற்றவரை மகிழ்வுறச் செய்தல் உங்கள் கடமை ஆகும்" என்று கூறித் தாம் ஈட்டி வைத்துள்ள பொருளின் ஒரு பகுதியை எடுத்து, அந் நான்கு மைந்தர்கட்கும் சமமாகப் பகிர்ந்து அளித்தார். அப் பிள்ளைகள் நால்வருள் திருவேங்கடவர் முதலிய மூவரும் தம்முடைய தந்தையார் கூறியருவியபடி தாங்கள் பயின்ற வாணிபத் துறையில் அறநெறி யினின்று பிறழாத வகையில் மேன்மேலும் பொருளை ஈட்டித் தந்தை யார் அளித்த பொருளை மேன்மேலும் வளர்த்து வரலானார்கள். திருக்கச்சி நம்பிகள் அன்புறவு கொண்டு இறைதொண்டுக்காய் துறவு நெஞ்சமுற்றார்.

> மஞ்சாடு வரையேழுங் கடல்கள் ஏழும்
> வானகமும் மண்ணகமும் மற்றும் எல்லாம்
> எஞ்சாமல் வயிற்றடக்கி ஆலின் மேலோர்
> இளந்தளிரிற் கண்வளரும் ஈசன் தன்னை

என்றும் மறவாமல் கருதிப் போற்றும் மனத்தினராய், உலகப் பொருள்களில் பற்று அற்றவராய்,

மொய்த்துக் கண்பனி சோர மெய்கள்
சிலிர்ப்ப ஏங்கி இளைத்து நின்று
எய்த்துக் கும்பிடு நட்ட மிட் டெழுந்து
ஆடிப் பாடி இறைஞ்சி என்
அத்தன் அச்சன் அரங்கனுக்கடி
யார்க ளாகி அவனுக்கே

பித்தராய்த் திரியும் தொண்டர் குழாங்களைக் கூட்டிக் கொண்டு, பரம்பொருள் குணநல மேன்மைகளைப் பலபடியாகப் புகழ்ந்து போற்றிப் பாடியாடி அப் பெருமானைப் பல்காற் பணிந்து, அந்த ஆராத காதல் அடியார்களை ஆராதிப்பதில் தமக்குத் தந்தையார் அளித்த பொருள்களைச் செலவிடலானார்.

சில நாள்கள் சென்றன. பின் வீரராகவர், தம்முடைய மைந்தர்கள் நால்வரையும் அழைத்து, "என் செல்வங்களே! நான் உங்களுக்குக் கொடுத்த பொருளுக்கு மேல் நீங்கள் உங்கள் முயற்சியினால் ஈட்டிய பொருள் எவ்வளவு? அதனை எனக்குக் காட்டுவீர்களாக" என்று கூறினர். உடனே திருவேங்கடவர் முதலிய மூவரும் தம்முடைய தந்தையார் அளித்த பொருளுக்கு மேல் தாங்கள் தங்கள் முயற்சியினால் ஈட்டிய பொருளை ஒப்புவித்தார்கள். பிறகு வீரராகவர், திருக்கச்சி நம்பியை நோக்கி, "அருங்குணச் செல்வனே! நீ ஈட்டிய பொருள் எங்கே?" என்று கேட்டார். திருக்கச்சிநம்பிகள், "எந்தையீர்! நான் ஈட்டிய அரும் பொருளைக் கலங்காத பெருநாட்டிலே சேமித்து வைத்துள்ளேன்" என்றார். வீரராகவர், "நீ கூறுவது எனக்கு விளங்கவில்லை; விளங்கக் கூறுக" என்றார். திருக்கச்சி நம்பி "எந்தையீர்! தாங்கள் எனக்கு அளித்த பொருளை வானிளவரசு வைகுந்தக்குட்டன் வாசுதேவன் ஆகிய திருமகள் நாதன் திருவுள்ளம் உகக்கும்படி அவன் அடியாரின் விருந்த முதுக்குச் செலவிட்டேன்" என்றார். வீரராகவர் சினங்கொண்டு, "அங்ஙனம் ஆனால், நீ வீட்டை விட்டுச் சென்று, தாதனாய்ப் போதல் உனக்கு அமையும்; செல்க" என்றார். திருக்கச்சி நம்பி தம் தந்தையாரை வணங்கி நின்று, "எந்தையீர்! தாங்கள் சினந்து கூறினீர். ஆயினும், தாங்கள் கூறியன யான் உய்தற்கு உரியனவாகவே இருக்கின்றன. யான் விடை கொள்கிறேன்" என்று கூறித் தம் தாயாரிடம் சென்று அவரை வணங்கி நிகழ்ந்தவற்றை உரைத்து வீட்டை விட்டுச் செல்ல விடைதர வேண்டினார்.

அவ் அம்மையார். திருக்கச்சி நம்பியை நோக்கி, "என் அருமைச் செல்வ! நீ உன் தமையன்மாரைப் போல உன் தந்தையார் கூறியபடி செய்யாமல், அவர் உனக்களித்த பொருளை உன் மனம் போன வழியிற் செலவிட்டதனால் அவர் சினந்து ஏதோ கூறிவிட் டார். நீ உன் தவற்றை எண்ணாமல் அவர் கூறியது கொண்டு, வீட்டை விட்டுச் செல்லுதல் தகுதி ஆகாது. நான் உனக்கு என்னிடம் உள்ள பொருளைத் தருகின்றேன். அது உனக்கு உன் தந்தையார் அளித்த பொருளைவிட நான்கு மடங்கு அதிகம். அதனைக் கொண்டு போய் உன் தந்தையாருக்குக் காட்டி, இது நான் ஈட்டிய பொருள். இதனை நான் ஒரு மறைவிடத்தில் வைத்திருந்தேன் என்று கூறு; உன் தந்தையார் அதற்குமேல் ஒன்றுங் கூறார்; கூறினும் நான் அவருக்குரிய மொழிகளைக் கூறி அவர் சினத்தை ஆற்றிவிடுகின்றேன்" என்றார். திருக்கச்சிநம்பி, "என் அருமை அன்னையீர், தாங்கள் என்னிடம் வைத்துள்ள அன்பின் மிகுதியினால் இங்ஙனம் கூறினீர். நான் தந்தையாரிடம் சென்று பொய் கூற என் மனம் சிறிதும் ஒப்பாது. தந்தையிடம் சென்று இங்ஙனம் பொய் கூறுவதினும் கொடிய செயல் வேறு யாது உள்ளது? அத் தீய செயலுக்கு என்னை ஆளாக்காமல், யான் வீட்டை விட்டுச் செல்ல விடை தர வேண்டும் " என்றார்.

கமலையார் கண்கள் அருவி என நீரைச் சொரிந்தன. அவ் அம்மை யாருக்கு உலகமே சுழலுதல் போலத் தோன்றிற்று. அவ் அம்மையார் திருக்கச்சி நம்பியை நோக்கி, "என் செல்வனே! உன் பிரிவை ஆற்றி யிருக்க என்னால் இயலாது; ஆதலின் நீ செல்லும் இடத்துக்கு என்னை யும் அழைத்துச் செல் என்று உரைத்தார். திருக்கச்சி நம்பி அவ்வம்மை யாரை மீண்டும் வணங்கி நின்று, "அருங்குண அன்னையீர்! மாதர் களுக்குக் கொண்டானின் துன்னிய கேளிர் பிறரில்லை என்பது சான்றோருடைய பொன்மொழி. உலகின்கண் மாதர்கள், மைந்தர்கள் முதலிய எவரைப் பிரிய நேரினும் தங்கள் கொழுநரை விட்டுப் பிரிதல் தகுதி யன்று என்பது அறிவுடைய நங்கையர்களின் சிறந்த கொள்கை. கோசலையார் தம்முடைய அரும்பெறல் செல்வர் ஆகிய பெரிய பெருமாள் தம்மைப் பிரிந்து காட்டுக்குச் சென்றனராகவும், தாம் அவருடன் செல்லாமல் அகத்தில் இருந்தது,தம்முடைய கொழுநர் தசரததரைப் பிரிதல் ஆகாது என்னும் கருத்தினால் அன்றோ? என் அன்புக்கு உரிய அன்னையீர், தாம் தந்தையாருடன் இருந்து, மற்ற

மைந்தர்களுக்குத் திருமணம் முதலியன செய்வித்து, அவர் மனம் மகிழும்படி செய்தல் வேண்டும். அன்றியும், தந்தையாருக்கு என் பிரிவால் துயரம் உண்டாயின் தாங்கள் அவர் துயரை ஆற்றுதற்கு உரிய மொழிகளைக் கூறி, அவர் மனத்தைத் தெளிவித்தல் வேண்டும். இமைகள் கண்களைக் காப்பது போலத் தாங்கள் அவருடைய உடல் நலத்தைப் பேணி வருதல் வேண்டும்.

தங்கள் மனம் என்னிடம் வைத்த அன்பின் மிகுதியினால் சுலக்கம் உற்றது. அதனை அறிந்தே அறிவுரைகளால் யாவர் மனத்தை யும் தெளிவிக்கவல்ல தங்களுக்கு இவற்றைக் கூறினேன். என் அன்பிற்கு உரிய அன்னையே! தாங்கள் மனங்கலங்குதல் ஆகாது. நான் விடை கொள்கின்றேன்" என்று கூறி வீட்டை விட்டுச் சென்று விட்டார். அதனால் அவ் அம்மையாருக்கு உலகமே இருண்டு விட்டது போலத் தோற்றிற்று. அவர், "ஆ! மைந்தனே" என்று அலறி உயிர் நீங்கிய உடலைப் போல மூர்ச்சையுற்றுத் தரையிற் சாய்ந்தார். மற்றை மைந்தர்கள் மூவரும் அவ் அம்மையார் மூர்ச்சை அடைந்தமையை அறிந்து அவரிடம் விரைந்து வந்து, அவரைத் தேற்றலானார்கள். வீரராகவரும் அதனை அறிந்து, அங்கு வந்து, அவ் அம்மையாருக்குப் பலவகை பணிவிடை புரியலானார். அவற்றால், அவ்வம்மையார் மூர்ச்சை தெளிந்து, கண் விழித்து, அம் மைந்தர்களையும் தம் கொழுநரையும் நோக்கினார்.

வீரராகவர், அவ் அம்மையாரை நோக்கி. "நங்காய், நீ இங்ஙனம் வருந்துதல் உன் அறிவுடைமைக்கு ஏற்றது அன்று. காரியாரும் உடைய நங்கையாரும் பெற்ற பெறலரும் பேறாகிய மாறனார். பிறந்த போது மற்ற மைந்தர்களைப் போலக் கண் திறத்தலும் அழுதலும் பால் உண்ணுதலும் இன்றி, இருத்தலை நோக்கி அவர்கள் அடைந்த துன்பத்தை நோக்க உன் மைந்தன் பிரிவால் நமக்கு உண்டான துயரம் மிகச் சிறிது என்றே கூறுதல் வேண்டும். ஏனெனில் உன் அருமைச் செல்வன் குழவிப் பருவத்தில் அங்ஙனம் இன்றி மழலை மொழிகளை மொழிந்தும் தளர்நடை இட்டும் நமக்கு இன்பத்தை விளைவித்தான். பிறகு கல்வி கற்றதற்கு உரிய பருவம் எய்தியவுடன் கல்வி கற்கத் தொடங்கிக் கற்க வேண்டுவனவற்றைக் கசடு அறக் கற்றுத் தெளிந்தான். குழவிப் பருவத்தில் அங்ஙனம் பெற்றவர் மனம் வருந்தும் படியான

நிலையை எய்தி இருந்த மாறனார், பிறகு அறிஞருட் சிறந்த அறிஞர் யாவரும் விரும்பி ஏற்றுப் போற்றும் தமிழ்மறையை அருளிச் செய்து உலகை வாழ்வித்தருளினார்.

அருங்குண நங்காய், நின் மைந்தனும் அத்தகையனே. அவனது இளமைப் பருவத்திலேயே அவனுடைய ஒழுக்கங்களைக் கண்டு, இவன் நம்மைப் போல இல்லறத்தைக் கொண்டிருப்பனோ? என்னும் ஐயம் கொண்டேன். ஆயினும், நீ வருந்துவாய் என்று எண்ணி, அதனை நான் உனக்குக் கூறாமல் இருந்தேன். அறிவுடையாய், நாம் அவன் பிரிவை எண்ணி வருந்துதல் தகாது. அவன் தீய வழியிற் செல்லின் அன்றோ அவனைப் பற்றி நாம் வருந்துதல் வேண்டும்" என்று கூறினர். மழை நீரால் பட்டமாம் குளிர்ந்து தளிர்த்தாற் போல வீரராகவருடைய மொழிகளால் அவ் அம்மையார் மனம் தெளிந்து, முகமலர்ந்து, வீரராகவரை நோக்கி, "என்னவரே! என் பேதை மதியினால் யான் மனக்கலக்கம் எய்தினேன். தங்கள் அறிவுரைகளால், என் அறியாமை ஒழிந்து விட்டது. அதனால், என் மனக் கலக்கமும் நீங்கி விட்டது. அவ் அரும்பெறற் செல்வனால் எனக்குப் புகழ் உண்டாம் என்பதனை யான் சிறந்தது எனக் கருதவில்லை; அவனால், இவன் தந்தையார் என் நோற்றார் கொல் என்னும் சொல் தங்களுக்கு உளது ஆம் என்பதனை எண்ணியே என் மனம் நெகிழ்கின்றது" என்றார்.

வீரராகவர், "மணாட்டியே! அவ் அருமைச் செல்வனை வயிற்றில் தாங்கிப் பெறும் ஒப்பரிய நல்வினையை உடைய உன்னை மனைவியாகப் பெறும் நல்தவத்தினைக் கொண்ட எனக்கு அப் புகழ் உண்டாவதில் வியப்பு யாது?" என்றார். அவ் அம்மையார் புன்னகை புரிந்து, நாணத்தினால் தலை குனிந்து கொண்டார். பிறகு வீரராகவரும் அம் மைந்தர்கள் மூவரும் அம்மையாரிடம் விடை பெற்றுக் கொண்டு தம்தம் பணிக்குச் சென்றனர்.

திருக்கச்சி நம்பிகள், பிறகு குரவமலர்கள் மணம் வீசப் பெற்றனவும், குயிலொடு மயில்கள் ஆலப்பெற்றனவும், தேனமர் மலர்களைக் கொண்டனவும் ஆகிய சோலையை உடையதும், ஒப்பவர் இல்லா மாதர்கள் வாழப் பெற்றதும் ஆகிய திருவல்லிக்கேணியை அடைந்தார். தெள்ளிய சிங்கம் ஆகிய தேவையும், பார்த்தன் தேர் முன்னின்ற பெருமானையும் சிற்றன்னை பணியால் முடிதுறந்த இறைவனையும்,

திருமழிசையாரையும், பேயாரையும் சேவித்து, அங்கு ஐந்து, ஆறு நாள்கள் தங்கி இருந்தார்.

## திருபெரும்பூதூரில் திருக்கச்சி நம்பிகள்

திருக்கச்சி நம்பிகள், பிறகு செஞ்சாலி நிகழ் வயல்களையும், தீங் கரும்புகள் உயர்ந்து வளர்ந்துள்ள கழனிகளை உடையதும். குரங்குகள் மணம் கமழும் செண்பக மரத்தின் கொம்பினிற் குதித்தோடித் தேன் கலந்த பலாக்கனிகளை நுகரப் பெற்ற துறையும், மாதவிப் பந்தரில் தங்கியிருந்த பெடை வரத் தாமரை மலரில் இருந்த வண்டு "தென்ன" என்று இன்னிசை பாடப் பெறுவனவுமாகிய சோலை சுவை உடையதும் ஆகிய திருப்பெரும்பூதூரை அடைந்து, அங்குத் தங்கியிருந்தார். கோதை நாச்சியார் மனம், திருவரங்கநாதன் பாலே சென்றது போலத் திருக்கச்சி நம்பிகளுடைய மனம் அத்திகிரியில் எழுத்தருளியுள்ள பேரருளாளன் பாலே செல்வதாயிற்று. அதனால், அவர் திருவுள்ளம்.

> இருளிரியச் சுடர்மணிகள் இமைக்கும் நெற்றி
> இனத்துத்தி அணிபணமா யிரங்கள் ஆர்ந்த
> அரவரசப் பெருஞ்சோதி அனந்தன் என்னும்
> அணி விளங்கும் உயர்வெள்ளை அணையை மேவித்
> திருவரங்கப் பெருநகருள் தெண்ணீர்ப் பொன்னி
> திரைக்கையால் அடிவருடப் பள்ளி கொள்ளும்
> கருமணியைக் கோமளத்தைக் கண்டு கொண்டென்
> கண்ணிணைகள் என்றுகொலோ களிக்கும் நாளே

என்று குலசேகரர் திருவுள்ளம், திருவரங்கநாதனைச் சேவிக்கும் பேறு என்று வாய்க்கும் என்று ஏக்கம் உற்று இருந்தாற் போல. அத்திகிரியிற் சென்று என்று பேரருளாளனைத் தொழுவோம் என ஏக்கம் உற்றிருப்பதாயிற்று. திருக்கச்சியிலேயே இருந்து, அப் பெருமான் உவக்கும் தொண்டுகளைப் புரிந்து கொண்டிருக்கும் காலம் எப்பொழுது நமக்கு வாய்க்குமோ? அங்ஙனம் அப் பெருமானுக்குத் தொண்டு செய்து கொண்டிருக்கும் சுவையைப் பெறுவேன். ஆனால் "இந்திரலோகம் ஆளும் அச்சுவை பெறினும் வேண்டேன்" என்று கூறுவார். பேரருளாளன் திருவருள் என்று எனக்கு வாய்க்குமோ என்று எண்ணுவார்.

## காஞ்சியில் திருக்கச்சி நம்பிகள்

இவர், பேரருளாளன் திருவருள் என்று வாய்க்கும் என்று எண்ணி யிருக்கையில், ஒரு நாள் இவர் கனவில் பேரருளாளன் தோன்றி, "அன்பனே!, நீ நம் ஊருக்கு வந்து உன் விருப்பப்படி நம்மருகில் நாளும் இருப்பாயாக" என்று கூறினான். திருக்கச்சி நம்பிகள், அப் பெருமானை நோக்கி, "இறைவரே, நீர் எழுந்தருளியி ருக்கும் ஊர் யாது ? உம்முடைய திருப்பெயர் என்ன" என்று கேட்டார். அதனைக் கேட்ட பேரருளாளன், "அன்பனே. நம்முடைய ஊர் அத்திகிரி என்று கூறும் திருக்கச்சிப் பதியாகும். நம்மை அன்பர்கள் அனைவரும் பேரருளாளன் என்னும் பெயரினால் போற்றுவார்கள்" என்று கூறியருளினான். நம்பிகள் ஆயின்" உம்மு டைய ஊருக்கு வருவதற்கு உரிய வழியை அடியேன் அறியேனே" என்றார். பேரருளாளன், "அப்பனே எவ்வழியிற் செங்கழுநீர் மலர்கள், சிந்திக் கிடக்கின்றனவோ அவ் வழியாக வருவாயாயின், நீ நம்முடைய ஊரைச் சார்தல் ஆகும்" என்றருளினான்.

திருக்கச்சிநம்பிகள் மறுநாள் வைகறையில் துயில் உணர்ந்து எழுந்து தம்முடைய கனவில் பேரருளாளன் தோன்றியருளியவற்றை எண்ணிப் பெருவியப்பும் மகிழ்வும் கொண்டு அப் பேரருளாளனைக் காண வேண்டும் என்பதில் காதல் உடையவராய்ப் புறப்பட்டு அப் பெருமான் அருளியபடி செங்கழுநீர் மலர்கள் சிந்திக் கிடக்கும் வழியாகச் செல்லலானார். அவ் ஊரின் சோலைகளில் உள்ள குயில்கள் "பேரருளாளன் உம்மைக் காணுவதில் பெருவிருப்புடைய வனாக இருக்கின்றான், விரைந்து வருக" என்று கூப்பிடுவன போலக் கூவின. இவர் நம்பெருமானுடைய அன்பினை நன்கு பெற்றவர். ஆதலின் இவரை மகிழ்வித்தல் வேண்டும் என்று ஆடுவன போல மயில் தோகைகளை விரித்து ஆடின. அங்ஙனம் சென்றவர் திருக்கச்சியை அணுகி அவர் அவ் ஊரின் வனங்களைக் சுண்டு களித்துக் கோயிலினுள் சென்று, பேரருளாளனையும் பெருந் தேவியாரையும் தொழுதார். அப்போது அவர் திருஉள்ளத்தில் தாய்ப் பசுவைப் பிரிந்த கன்று மீண்டும் தாய்ப்பசுவைக் கண்ட மகிழ்ச்சி தோன்றிற்று. அவருடைய கண்களினின்று நீர், அருவி எனத் தாரை தாரையாகப் பெருகி வரலாயிற்று. கருங்குவளைக் கண்கள் மலர்ந்து நோக்கின.

வண்டுகள் இன்னிசை பாடின. காற்று மெல்லென வீசி அவரை மகிழ்வித்தது. அவருடைய உடல் முழுதும் மயிர்க்கூச்சால் போர்க்கப்பட்டது. அவர் பேரருளாளனை நோக்கி, "எம் பெருமானே, ஏழை ஏதலன் கீழ் மகன் என்று கருதாமல் அடியேனை ஆட்கொண்டு நின் முன் வந்து நின்னை வழிபடும் பேற்றை அடியேனுக்கு அளித்தனை; அடியேன் அறிவிலி ஆதலின் நீ உவக்கும்படி எனக்கு அடியேன் செய்தற்கு உரிய தொண்டு இன்னது என்பதனை அறியாத வனாக இருக்கின்றேன். எம் பெருமானே! எனக்குத் தெவிட்டாத இன்பந் தரும் தேனே, எம்மானே, அடியேன் உனக்குச் செய்தற்கு உரிய தொண்டு இன்னது என்று நீயே பணித்தருளல் வேண்டும் என்று வேண்டினர்.

பேரருளாளன் திருக்கச்சிநம்பிகளுக்கு முன், திருமகள் திருமார்பில் விளங்கச் செவ்விய திருவடிகளும் திருத்தோள்களும், திருமுக மும் கண்ணினையும் கண்டார் மனங்களைக் கவர்ந்து கொள்ளும்படி பொலியப் பொன்னாடை உடுத்து விண்மீன்களின் ஒளி மழுங்கச் செய்யும் ஒளி கொண்ட மணிமுடியும் பல் அணிகளும் விளங்கத் தோன்றி, "அன்பனே! நாம் பிரமன் செய்த வேள்வியினின்று தோன்றி னோம். அங்ஙனம் வேல்வியில் தோன்றியதனால் ஆகிய வெப்பம் இன்னும் தணிந்திலது. அவ் வெப்பம் தணிய எமக்கு நீ திருவால வட்டம் வீசுதல் ஆகிய தொண்டினைப் புரிவாயாக" என்றருளினான். திருக்கச்சிநம்பிகள் "எம்பெருமானே நீ, பாருருவில் நீரெரிகால் விசும்பும் ஆகிப் பல்வேறு சமயமுமாய்ப் பரந்து நின்ற ஒருருவில் மூவருமே என்ன நின்ற இமையவன் அல்லையோ? உனக்கு வெப்பத்தைச் செய்ய வல்லதும் உலகில் உண்டோ? உன் திருவடிகள் உயிர்களுக்குப் பிறந்து இறந்து உழல்வதனால் உளதாகும் வெப்பத்தைத் தணிக்கும் குளிர் மரங்கள் அல்லவோ? அத்தகையன் ஆகிய நீ அடியேனை நோக்கிக் கூறிய இது பெருவியப்புக்குரியது. இது பெற்றோர்கள் தம் இளமக்களுடைய எச்சில் ஒழுகும் வாயின் முத்தத்தைப் பெற விழைதல் போல, அறிவிலி ஆகிய அடியேன் தொண்டினை ஏற்றருள விரும்பிக் கூறியதே ஆகும். என் ஆராவமுதே, நீ பணித்தருளியதைச் செய்வதை விட எனக்கு இன்பம் தருவது, வேறு யாது உளது?" என்று கூறினார். பேரருளாளனும் பெருந்தேவியாரும் தங்கள் திருக்கண் மலர்களால் அவரை அன்புடன் நோக்கி வாழ்த்திச் சிலை வடிவில் மறைந்தருளினார்கள். திருக்கச்சி நம்பிகள், அதுமுதல்

பேரருளாளனுக்குத் திருவால வட்டம் வீசுதலாகிய தொண்டைச் செய்து வரலானார். பேரருளாளனும் எவருமில்லாத சமயத்தில் சிற்ப வடிவில் இருந்தே திருக்கச்சி நம்பிகளுடன் பேசி வரலானான். அம்மறை, நாளடைவில் பலருக்குத் தெரிவதாயிற்று.

### திருக்கச்சி நம்பிகள் ஆளவந்தாரை அடைதல்

திருக்கச்சிநம்பிகள் ஒருநாள் அருகில் எவருமின்றி இருக்கையில் பேரருளாளனை நோக்கி, எம்பெருமானே, அடியேன் யாரை ஆசிரியராகக் கொள்ளுதல் வேண்டும்?" என்று வினவினார். பேரருளாளன் திருக்கச்சி நம்பிகளை நோக்கி, "அன்பனே, திருவரங்கம் பெரிய கோயிலை அடைந்து ஆளவந்தாரை ஆசிரியராகக் கொள்க" என்றருளினான். திருக்கச்சி நம்பிகள் பேரருளாளனிடம் விடை பெற்றுத் திருவரங்கத்தை நோக்கிப் புறப்பட்டார். அங்ஙனம் செல்பவர் வழியில் உள்ள பல திருப்பதிகளையும் வணங்கி அந்த அந்தத் திருப்பதிகளில் தங்கியிருந்து சென்று, திருவரங்கம் பெரிய கோயிலுக்கு அணிமையிற் சென்றபோது,

போதெல்லாம் போது கொண்டுன்
பொன்னடி புனைய மாட்டேன்
தீதிலா மொழிகள் கொண்டுள்
திருக்குணம் செப்ப மாட்டேன்

காதலால் நெஞ்சம் அன்பு
கலந்திலேன் அது தன் னாலே
ஏதிலேன் அரங்கர்க்கு எல்லே
என் செய்வான் தோன்றி னேனே.

குரங்குகள் மலையை நூக்கக் குளித்துத்தாம் புரண்டிட் டோடித்
தரங்க நீர் அடைக்க லுற்ற சலமிலா அணிலும் போவேன்

மரங்கள்போல் வலிய நெஞ்ச வஞ்சனேன் நெஞ்சு தன்னால்
அரங்கனார்க் காட்செய் யாதே அளியத்தேன் அயர்கின் றேனே.

ஊரிலேன் காணி இல்லை உறவுமற் றொருவர் இல்லைப்
பாரில் நின் பாத மூலம் பற்றிலேன் பரம மூர்த்தி

காரொளி வண்ணனே என் கண்ணனே கதறு கின்றேன்
ஆருளர் களைகண் அம்மா அரங்கமா நகரு ளானே

என்று திருவரங்கநாதரைப் பலபடியாகப் போற்றிக் கொண்டே சென்று, அவர்முன் அடைந்து வழிபட்டு அவ் ஊரில் பொன்னும், மணியும் வாரிக் கொணர்ந்து அலைகளால் கரையிற் கொழிக்கும் காவேரியையும் கண்கள் குளிரக்கண்டு களிப்புற்று நகருக்குட் சென்றார்.

பெரியநம்பிகள் திருக்கச்சி நம்பிகளின் வரவைச் சிலரால் அறிந்து பல முதலிகளுடன் அவரை எதிர்கொண்டு அழைக்க வந்தார். திருக்கச்சி நம்பிகள், பெரியநம்பிகளைக் கண்டவுடன் அவர் திருவடிகளில் விழுந்து வணங்கினார். பெரிய நம்பிகள் அவரை எழுப்பித் தழுவிக் கொண்டு, "பேரருளாளன் அன்பின் வடிவமாய் விளங்கும் அன்பரே, தங்களை வணங்கினதால் நாங்களும் பேரருளாளன் திருவருளைப் பெற்றவர்கள் ஆனோம். இப் பேற்றை நாங்கள் பெறும்படி செய்த தாகிய காரணம் யாதோ? அதனை அறிய விரும்புகின்றேன்" என்றார். திருக்கச்சி நம்பிகள் தாம் வந்ததன் காரணத்தைப் பெரியநம்பிகளிடம் விண்ணப்பித்தனர். பெரியநம்பிகளும், திருக்கச்சிநம்பிகளை உடன் கொண்டு ஆளவந்தார் எழுந்தருளியுள்ள மடத்தை நோக்கிச் சென்று, அம் மடத்தின் அருகிற் சென்றவுடன் தாம் முன்னதாக ஆளவந்தாரிடம் சென்று, அவரை வணங்கிப், "பேரருளாளன் சன்னிதியினின்று திருக்கச்சி நம்பிகள் எழுந்தருளினார்" என்று கூறினார். ஆளவந்தார் அதனைக் கேட்டு மகிழ்ந்து, "அன்புடையீர்! அவர் வரவு, தேடி முயன்று பெற வேண்டிய அரிய மணி, தானே எளிதின் வந்து கைக்குள் ஆனது போன்றது ஆகும்" என்று அருளினார். உடனே பெரியநம்பிகள், திருக்கச்சிநம்பிகளிடம் சென்று."அன்புடையீர், ஆளவந்தார். தங்கள் வரவை மிக்க ஆர்வத்துடன் எதிர்பார்த்துக் கொண்டிருக்கின்றார்" என்று கூறினார்.

திருக்கச்சிநம்பிகள், கன்று, தாயைக் கண்டவுடன் தாய் முலை யில் வாயை வைப்பது போல ஆளவந்தார் திருவடிகளை வணங்கி நெடும் போது எழுந்திராமல் தரையிற் கிடந்தார். ஆளவந்தாரும் திருக்கச்சி நம்பிகளிடம் அன்பு மிக்கவராய், அவரை எடுத்துத் தழுவிக் கொண்டு வாழ்த்தி, அங்குள்ள முதலிகளை நோக்கி, "அன்புடையீர்! இவர் வைகுந்தத்தில் உள்ள தேவர்களின் தலைவர் அல்லரோ?" என்று கூறினார். திருக்கச்சிநம்பிகள், "நீசனேன் நிறை ஒன்றும் இலேன் ஆகிய அடியேனைப் பற்றித் தேவர் இங்ஙனம் கூறியருளியது, அடியேனை

ஒதுக்கக் கருதியோ? தேவர் அடியேனை ஆட்கொண்டருளுதல் வேண்டும்" என்று கூறி, ஆளவந்தாருடைய திருவடிகளில் வணங்கிக் கிடந்தார். ஆளவந்தார், அவரை வாரி எடுத்து, அணைத்துத், தம் வலப்புறத்திலே இருத்தித் தம் திருக்கையாலே தீண்டித், தம் குரவர் ஆகிய மணக்கால் நம்பிகள் திருவடிகளைத் தம்முடைய திருவுள்ளத்தில் சுருதிக் கொண்டு, திருமந்திரம் முதலிய ஐந்து அங்கங்களையும் அருளினார். பிறகு திருக்கச்சிதம்பிகளுக்குத் திருமந்திரம், துவயம், சரமசுலோகம் என்பவற்றின் பொருள்களையும், மற்ற நூற்பொருள்களை யும் கூறியருளினார்.

திருக்கச்சிநம்பிகள் சில நாள்கள் ஆளவந்தார் மடத்தில் இருந்து, பின் ஆளவந்தாரை வணங்கி விடைபெற்றுச் சென்று பெரியநம்பிகள் திருமாளிகையிலே தங்கியிருந்தார். பெரியநம்பிகள், திருவாய் மொழி முதலிய நாலாயிரத்தின் பொருள்களை நன்கு விளங்கும்படி கூறியருளி னார். திருக்கச்சிநம்பிகள், பெரிய நம்பிகளுடைய திருவடிகளை வணங்கி "அடியேன் பேரருளாளனைப் பிரித்து வந்து பலநாள்கள் ஆயின" என்று கூறினார். உடனே பெரியநம்பிகள், திருக்கச்சிநம்பிகளை அழைத்துக் கொண்டு, ஆளவந்தார் திருமடத்துக்குச் சென்று அவர்பால் திருக்கச்சிநம்பிகளின் கருத்தைக் கூறினார். ஆளவந்தார் பெரிய நம்பிகளை நோக்கி, "அன்புடையீர்! இவர் பேரருளாளனை இத்துணை நாள்கள் பிரிந்திருந்தது மிக அருமையேயாகும். இனிப் பேரருளானிடம் செல்லாமலிருக்க இவரால் இயலாது" என்று கூறித், திருக்கச்சி நம்பிகளை நோக்கி, "அருங்குணச் செல்வரே. இனி நீர் பேரருளாளன் கோவிலுக்குச் சென்று, அப் பெருமானுக்கு நீர் செய்யும் தொண்டுகளை இன்புறச் செய்து வருவீராக" என்று அருளினார்.

## திருக்கச்சிநம்பிகள் மீண்டும் வருதல்

திருக்கச்சிநம்பிகள், ஆளவந்தாரையும் பெரியநம்பிகளையும் அங்கு உள்ள முதலிகளையும் வணங்கி, அவர்களிடம் விடை பெற்றுக் கொண்டு, பேரருளாளன் கோயில் நோக்கிப் புறப்பட்டார். சோழ நாட்டுத் திருப்பதிகளை வணங்கத் திருவுளங் கொண்டு, திருப்பேர்நகர், திருக்கண்டியூர், திருக்குடந்தை, நந்திபுர விண்ணகரம் முதலிய திருப்பதி களைச் சேவித்தார். திருநறையூர் மணி மாடக் கோயிலை அடைந்து, நாச்சியாரையும் நம்பியையும் சேவித்து மூன்று நாள்கள் அப் பதியிலே

தங்கியிருந்து, அங்கு நின்றும் புறப்பட்டுத், திருத்தண்சேறை, திருக்கண்ணமங்கை, திருக்கண்ணங் குடி. திருநாகை,திருக்கண்ணபுரம், திருச்சிறுபுலியூர், திருவெள்ளியங்குடி, திருக்காழிச் சீராம விண்ணகரம் முதலிய திருப்பதிகளைக் கண்டின்புற்று பின் திருவாலித் திருநகரை அடைந்தார். திருமங்கை ஆழ்வாரை வணங்கி திருவாலித் திருநகரைச் சூழ்ந்துள்ள பதினொரு திருப்பதிகளையும் சேவித்துத், திருச்சித்திர கூடம், வீரநாராயணபுரம் முதலிய பதிகளையும் வணங்கிப் பின்பு நடு நாட்டுத் திருப்பதியாகிய திருவயிந்திரபுரத்தை அடைந்தார். அப் பதியில் உள்ள திருமகள் நாதனைத் தொழுது பிறகு திருக்கச்சியை அடைந்தார். பேரருளாளனையும் பெருந்தேவித் தாயாரையும் வணங்கி பழையபடி பேரருளானனுக்குத் திருவாலவட்டத் தொண்டைச் செய்து கொண்டு இன்புற்று எழுந்தருளியிருந்தார். இங்ஙனம் தொண்டு புரிந்து கொண்டிருக்கையில் பேரருளாளனும் பெருந்தேவித் தாயாரும் திருக்கச்சி நம்பிகளுடைய தொண்டுக்கு உவந்து அவருக்குக் கசேந்திர தாசர் என்னும் திருப்பெயர் சூட்டினார்.

## தந்தையார் பூவிருந்தவல்லிக்கு வருவித்தல்

பேரருளாளனுடைய திருவருளுக்கு முற்றும் இலக்காய் விளங்கும் திருக்கச்சிநம்பிகள் மேன்மைகளை அவருடைய தந்தையார் வீரராகவர் கேட்டு மகிழ்வு எய்தி, மற்ற மைந்தர்களோடும் உறவினரோடும் அத்திகிரிக்கு வந்து, திருக்கச்சிநம்பிகளுடைய மடத்தில் அவரைக் கண்டு, "என் அருமைச் செல்வனே, என் அறியாமையால் உன் மேன்மை அறிந்து கொள்ளும் ஆற்றல் அற்றேன். உன்னை அறிவில்லாதவன் என்று எண்ணி, இகழ்ந்து கூறிய குற்றத்தை மறந்து, பூவிருந்தவல்லியில் வந்து அங்குள்ளோர் அனைவருக்கும் பேரருளாளன் திருவருளைப் பெற்று உய்தற்கு உரிய நெறியைப் போதித்துக் கொண்டு இருப்பாயாக" என்று கூறினார். திருக்கச்சிநம்பிகள் தம் தந்தையாரின் திருவடிகளை வணங்கி, "எந்தையீர், பேரருளாளர் அரைக்கணப் போதும் அடியேனை விட்டுப் பிரிந்திரார். அடியேனும் இமைப்போதும் பேரகுளாளரை விட்டுப் பிரிந்திருக்க வல்லேன் அல்லேன்" என்று கூறியருளினார். வீரராகவர், "என் அருங்குண மைந்தனே, "அங்கனமானால், ஒருநாள் ஆகிலும் நீ அங்கு வந்து இருத்தல் ஆகாதோ?" என்று கூறினார்.

திருக்கச்சிநம்பிகள், "எந்தையீர், பேரருளாளர் அனுமதியைப் பெற்றுக் கொண்டு ஒருநாள் அங்கு வருகின்றேன்" என்றார். வீரராகவர். திருக்கச்சிநம்பிகளை வாழ்த்தி, அவர்பால் விடைபெற்று, மற்ற மைந்தர்களோடும் உறவினரோடும் கோயிலுக்குட் சென்று, போரு ளாளனையும் பெருந்தேவித் தாயையும் வணங்கிப் பேரருளாளனை நோக்கி, "எம்பெருமானே, நீ அடியேனுக்கு அருளிய மாணிக்க மணி யின் மேன்மையை அடியேன் அறியாமல் இகழ்ந்து ஒதுக்கி விட்டேன்; அறியாமையால் அடியேன் செய்த குற்றத்தைப் பொறுத்தருள்க. அடியேனும் அடியேனைச் சார்ந்த மற்றையோரும் உறையும் பதியில் அம் மாணிக்கமணியைக் கண்டு மகிழும்படி திருவருள் புரிதல் வேண்டும். நீ உன்னை அடைந்தார் நாடிய பொருள் கை கூடச் செய்யும் நாரணனில்லையோ? அதனால் அன்றோ உன்னை அனைவரும் பேரருளாளன் என்று கூறுகின்றார்கள். அகல கில்லேன் இறையும் என்று, அலர்மேல் மங்கை உறையும் திருமார்பை உடைய பெருமானே,

> அரிசினத்தால் ஈன்றதாய் அகற்றிடினும் மற்றவள்தன்
> அருள்நினைந்தே அழுங்குழவி அதுவேபோன் றிருந்தேனே'

அடியேனுடைய விருப்பை முற்றுவித்து உய்வித் தருளுதல் நின் திருவருளுக்கு உரியதாகும்" என்று கூறி வணங்கித் துளவநீர் சடகோபம் முதலியன பெற்றுக் கொண்டு பூவிருந்தவல்லிக்குத் திரும்பினார்.

பிறகு திருக்கச்சிநம்பிகள் பேரருளாளனுக்குத் தாம் செய்யும் திருவால வட்டத் தொண்டைச் செய்து, பின் தனியாக இருக்கையில் தம்முடைய தந்தையார் விழைவைப் பேரருளாளனுக்குக் கூறினார். அப்பெருமான் திருக்கச்சிநம்பிகளை நோக்கி, "அன்பனே, உன் தந்தையாரிடம் நீ கூறியபடி ஒருநாள் பூவிருந்தவல்லிக்குச் சென்று வருக" என்றருளினான். திருக்கச்சிநம்பிகள், பேரருளாளன்பால் விடை பெற்றுக் கொண்டு சென்று பூவிருந்தவல்லியை அடைந்து. தம் பெற்றோரையும் தமையன்மார் மூவரையும் வணங்கினார். அவர்கள் உவகையால், அவரைத் தழுவிக் கொண்டு பலவகை பணிகளைச் செய்தார்கள். அப்போது பேரருளாளனும் பெருந்தேவித் தாயாரும் பெரிய திருவடி யின் மேல் ஏறிச் சென்று பூவிருந்தவல்லி வீரராகவருடைய திருமாளிகை யினுட் புக்கு, வீரராகவருக்கும் அவருடைய தேவியாருக்கும் திருக்கச்சிநம்பிகளுடைய தமையன்மார் முதலியவர்களுக்கும் எதிரிலே

தோன்றிக் காட்சி தந்தருளினார். அவர்கள் உயர்வு ஒப்பு அரிய வியப்பும் களிப்பும் அடைத்து அருவியென மகிழ்ச்சிக் கண்ணீர் பெருக்கினர். உடல்முழுதும் மயிர்க் கூச்சுப் போர்ப்பவும் பணிந்தனர். அப் பெருமான் அயன் முதலிய தேவர்கட்கும் அறிய அரியவனாகி யிருந்தும் பத்துடை அடியவர்க்கு எளியவன் ஆம் தன்மையை எண்ணி எண்ணி உள்ளம் கரைந்தனர். அப்பெருமானை நோக்கி, "எம்பெரு மானே, நீ முதலையினால் துன்புற்ற யானை ஆதிமூலமே என்றழைக்க உடனே சென்று, அதன் துன்பத்தினைப் போக்கியருளி, பேராத பேரின்ப வீட்டினை அளித்தருளினை. திரௌபதி கோவிந்தா, கோவிந்தா, நின்புகல் அல்லாற்புகல் இல்லை, அரசவையில் எனக்கு நேரவிருக்கும் மானக்கேட்டினை விரைந்து தீர்த்தருள்க" என்று வேண்டினாள். அத் தேவியினுடைய மானத்தைக் காத்ததுமன்றி. அத் தேவியின் பொருட்டு, அவள் கொழுநர் ஐவரையும் காத்தருளினை; இமையோர்க்குங் காணற்கு அரியன் ஆகிய நீ ஆயனாகிச் சென்று, நறுவெண்ணெய் உண்டுகந்த களவைக் கண்ட வண்ணக் கருங்குழலாய்ச்சியால் மொத்துண்டு கண்ணிக் குறுங் கயிற்றால் கட்டுண்டாய். யசோதைப் பிராட்டியார் கண்ணிநுண் சிறுத்தாம்பினால் கட்டக் கட்டுண்டு இருந்தழுது ஏங்கிய எளிமை எம்மனோராற் கூறுதற்கு எளியதாகுமோ?" என்று பல வகையாகக் கூறிப் போற்றினார்கள். பேரருளாளனும் பெருந் தேவியும் அவர்களுடைய அன்பின் பெருக்கைக் கண்டு, மகிழ்கூர்ந்து, பெரிய திருவடியின் பிடரியினின்று இறங்கி வந்து திருக்கச்சிநம்பிகளின் பக்கலில் இனிது வீற்றிருந்தருளினார். வீரராகவர், "எம்பெருமானே. அடியேன் இதுகாறும்,

சுற்றிலேன் கலைகள் ஐம்புலன் கருதும்
கருத்துளே திருத்தினேன் மனத்தைப்
பெற்றிலேன் அதனாற் பேதையேன் நன்மை.

எனினும், அடியேன் மணிபொன் மண் முதலியவற்றையே தேடித் திரிந்தேன். உன் திருவடிகளை மனத்திற்கொண்டு போற்றிலேன்; உன் அடியார்களையும் வழிபட்டிலேன். அந்தோ! அறிவிலி ஆகிய அடியேன், காலத்தை வீணே கழித்தேன். இத்தகையன் ஆகிய அடியே னுடைய சிறு குடிலில் எம்பெருமானே, நீ வந்து தங்கினையே! இச் சிறு குடில்,

முன்ன மேதுயின் றருளிய முதுபயோ ததியோ
பன்ன காதிப்பு பாயலோ, பச்சையா லிலையோ
சொன்ன நால்வகைச் கருதியோ கருதிநீயெய்தற்கு
என்ன மாதவஞ் செய்தது ?" – எம்பெருமானே அடியேன்

நீலநெடுங் கிரியுமழை முகிலும் பவ்வ
நெடுநீரும் காயாவு நிகர்க்கு மிந்தக்
கோலமும் வெங் கதைவாளம் சங்குதேமி
கோதண்டம் எனும் படையும் குழைத்த வாச
மாலைநறுந் துழாய்மார்பும் திரண்ட தோளும்
மணிக்கமுத்தும் செவ்விதழும் வாரி சாதக்
காலமலர் எனமலர்ந்த முகமும் சோதிக்
கதிர்முடியும் இம்மையிலே கண்ணுற் றேனே

"அடியேனுக்கு நின் அன்புக்கு உரிய மைந்தனை அளித்தனை; அன்றியும் நின் காட்சியையும் அளித்தனை. இவற்றிற்குக் காரணம், அடியேன்பால் நீ கொண்ட அருளேயன்றிப் பிறிது ஒன்றும் அன்று" என்று கூறிப் பொருள்கள் உள்ள அறைக்குட் சென்று மணிகளையும். மணிகள் பதித்த அணிகளையும் வாரி வாரிக் கொணர்ந்து, போருளாளன் திருமுன் வைத்து, "மூவுலகும் உடைய நாயகனே, நீ யாவருக்கும் யாவையும் அருள்பவன் அல்லையோ? உனக்கு அடியேன் அளித்தற்கு உரிய பொருள்களும் அடியேன்பால் உளவோ? இவற்றை ஏற்றருளி, எங்களை ஆட்கொண்டருள்க," என்று கூறிப் பணிந்து நின்றார்.

பேரருளாளன் மகிழ்கூர்ந்து, "அன்பனே, அஞ்சற்க. நீ நின் உறவின ரோடு கூடி இவ் உலகின்கண் வாழ்தற்கு உரியனவாக அமைந்த ஆண்டுகள் இனிது வாழ்க, பிறகு அந்தமில் பேரின்பத்து அழிவில் வீட்டை எய்துவை. நின் அருமை மைந்தன் தொடர்பு உடையார் எவரும் பேரின்ப வீட்டை எய்துவரே அன்றிப் பிறவிப் பெருங்கடலின் மூழ்கி வருந்தார். நின் அன்பு வாழ்க" என்று கூறியருளி அம் மணிகளையும் அணிகளையும் பெரிய திருவடியின் மீது வைத்தருளித் திருக்கச்சிநம்பி களையும் பெரிய திருவடியின் மீது ஏற்றிக் கொண்டு, வீரராகவரிடம் விடை பெற்று, வீரராகவரும் மற்றையோரும் தாமரைக்காடு பூத்த நீலமலை போன்ற தன்னுடைய கோல உருவை விழித்த கண் இமை யாமல் நோக்கிக் கொண்டிருக்கச் சென்று, கச்சிப்பதியை அடைந்தருளி னான். திருக்கச்சி நம்பிகள் பூவிருந்தவல்லியினின்று கொணர்ந்த மணிகள் முதலியவற்றைக் கொண்டு, சிறந்தனவாகிய பல அணிகளைச்

செய்வித்துப் பேரருளாளனுக்கும் பெருந்தேவியாருக்கும் அணிவித்து மகிழ்வுற்றிருந்தார்.

## இராமானுசரும் திருக்கச்சி நம்பிகளும்

இங்ஙனம் இருக்கையில் ஆளவந்தார் திருவடித் தொடர்பு பெற்றவர்களுள் ஒருவர் ஆகிய பெரிய திருமலை நம்பிகள் என்பார் திருவேங்கடத்தைத் தாம் உறையும் ஊராகக் கொண்டு வாழ்ந்துவந்தார். அவருக்கு முறையே நிலமகள் என்றும், மலைமகள் என்றும் திருப்பெயர்களை உடையவர்களாகிய இருவர் தங்கைமார் இருந்தனர். அவர்களுள் மூத்தவர் ஆகிய நிலமகளை பெரும்பூதூரில் சிறந்து விளங்கியவர் ஆகிய ஆசூரிக் கேசவ பெருமாள் என்பவர் மணந்து கொண்டார். இளையவர் ஆகிய மலர்மகளை மழலை மங்கலத்தில் வட்டமணிக் குலத்தில் தோன்றிய கமலநயனப்பட்டர் என்பவர் திருமணம் புரிந்து கொண்டார். நிலமகளார், திருவாதிரை நாள் கூடின நல்லோரையில் அருமருத்தன்ன ஒரு மைந்தனை ஈன்றார். பெரிய திருமலை நம்பிகள் அதனை அறிந்து, மழலை மங்கலத்தை அடைந்து, அம் மைந்தரை நோக்கி, அம் மைந்தருக்குக் "கோவிந்தன்" என்னும் திருப்பெயர் இட்டார். அவரும் கற்பன கற்றுத் திருப்புட்குழிக்குச் சென்று இராமானுசரைப் போல யாதவப் பிரகாசரிடம் வேதாந்த நூல்களைக் கற்றுவரலானார்.

இங்ஙனம் இவர்கள் கற்று வருகையில் யாதவப்பிரகாசர் சில உபநிடத சுலோகங்களுக்கு ஒருமை (அத்துவித)ப் பொருள் கூறிவந்தனர். இளையாழ்வார் அப்பொருள்களை மறுத்து அச் சுலோகங்களுக்கு இருமை (துவித) பொருள்கூறி வந்தார். அதனால், யாதவப் பிரகாசர் சினங்கொண்டு தம் மனத்திற்குகந்த மாணாக்கர்களோடு. மறைவில் கலந்து கங்கைக்குச் சென்று, இளையாழ்வாரை அங்கு முடித்து விடுதல் வேண்டும் என முடிவு செய்தார். எல்லா மாணாக்கர்களோடும் கங்கையை நோக்கிப் புறப்பட்டுச் செல்லலானார். அவர்கள் விந்தியமலைச் சாரலை அடைந்த போது கோவிந்தப் பெருமாள் மறைவில் ராமானுசருக்கு யாதவப் பிரகாசர் கருத்தைத் தெரிவித்தார். இராமானுசர், யாதவப்பிரகாசரை விட்டு நீங்கிப் பேரருளாளனும் பெருந்தேவியாரும், வேடனும் வேடுவச்சியும் ஆகித் துணையாய் வர அவர்களால் திருக்கச்சியை அடைந்து, திருக்கச்சிநம்பிகள் கூறியருளிய

படி பேரருளாளன் திருமஞ்சனத்திற்குச் சாலைக்கிணற்று நீரைக் கொணர்ந்து கொடுத்து வரலானார். யாதவப் பிரகாசர், இளையாழ் வாரைக் காணாமையால் "காட்டு விலங்குகள் அவரை மாய்த்திருக்கும்" என்று எண்ணி மற்ற மாணாக்கர்களோடு கங்கைக்குச் சென்று நீராடி மீண்டு வந்து கச்சியில் இராமானுசரைக் கண்டு, மகிழ்ந்து, முன்போல அவருக்கும் மற்ற மாணாக்கர்களுக்கும் வேதாந்த நூல்களைக் கற்பித்து வந்தனர்.

இவ்வரலாறுகளை அத்திகிரியினின்று திருவரங்கம் பெரிய கோயிலுக்குச் சென்ற இரண்டு வைணவர்கள் ஆளவந்தாருக்குக் கூற, ஆளவந்தார். இராமானுசரைக் காண விரும்பிப் பெருமாள் கோயிலுக்கு வந்து பேரருளாளனையும் பெருந்தேவியாரையும் வணங்கி ஒரு மண்டபத்தில் தங்கியிருந்தார். அப்போது யாதவப் பிரகாசர், தம் மாணாக்கர்கேளாடு கோயிலுக்கு வர, ஆளவந்தார் "இவர்களுள் இராமானுசர் யார்?" என்று திருக்கச்சிநம்பிகளைக் கேட்க, அவர் இராமானுசரை ஆளவந்தாருக்குக் காட்டினார். பிறகு ஆளவந்தார் பேரருளாளனை நோக்கி, "இராமானுசர் என் மாணாக்கர் ஆகும்படி அருளுதல் வேண்டும்" என்று வேண்டிக் கொண்டு கோயிலுக்குச் சென்றார்.

பின்னர் ஒருநாள் யாதவப் பிரகாசருக்கு இராமானுசர் எண்ணெய் தேய்த்துக் கொண்டிருக்கையில் அவர் வேத சுலோகம் ஒன்றுக்குப் பெருமாள் திருக் கண்களுக்கு இழிவு தோன்றப் பொருள் கூறினார். அதனைக் கேட்டதனால் இளையாழ்வார் கண்களினின்று பெருகிய நீர்த்துளி ஒன்று யாதவப் பிரகாசர் தொடையில் வீழ்ந்து நெருப்பெனச் சுட்டது. யாதவப் பிரகாசர் திரும்பி நோக்கி, "உம் கண்களினின்று நீர் பெருகக் காரணம் யாது?" என்று வினவினார். இராமானுசர், "அந்தச் சுலோகத்துக்கு நீர் கூறிய பொருளே காரணம்" என்றார். யாதவப் பிரகாசர் சினந்து, "இனி நீர் என்னிடம் இருத்தல் வேண்டா. உம் மனத்துக்கு உகப்பானவர்களிடம் நீர் செல்க" என்றனர்.

பின்பு இராமானுசர், திருக்கச்சிநம்பிகளை அடைந்து, அவரை வணங்கி, நிகழ்ந்தனவற்றைக் கூறி, அவர் கூறியருளியபடி முன்போலப் பேரருளாளன் திருமஞ்சனத்துக்குச் சாலைக் கிணற்று நீரைக் கொணர்ந்து கொடுத்துக் கொண்டிருந்தார்.

பிறகு ஒருநாள் இராமானுசர் திருக்கச்சி நம்பிகள்பாற் சென்று அவரை வணங்கித், "தேவர் அடியேனை ஆட்கொண்டருள வேண்டும்" என்றார். திருக்கச்சிநம்பிகள், இராமானுசரை நோக்கி, "அன்புடையீர்! உம்முடைய கருத்துச் சீரிதே. ஆயினும், இஃது உலக நடைக்கு மாறு ஆனதாகும்" என்று கூறினர். இளையாழ்வார். "தேவர் திருவுள்ளம் அன்னது ஆயின், அடியேன் சிலவற்றை அறியக் கருத்துட் கொண்டேன். அவற்றைப் பேரருளாளனைக் கேட்டு வந்து கூறி அவ்வழியாலேனும் தேவர் அடியேனை ஆண்டருளுதல் வேண்டும்" என்றார். திருக்கச்சி நம்பிகள் அதற்கு உடன்பட்டுச் சென்று, பேரருளாளனுக்குத் தாம் நாளும் புரியும் தொண்டைப் புரிந்துவிட்டு எதிரில் நின்றனர்.

பேரருளாளன் திருக்கச்சிநம்பிகளை நோக்கி, "அன்பனே, நீ ஏதோ நம்மை வினவ விரும்பியுள்ளாய். அது என்ன?" எனத் திருக்கச்சி நம்பிகள், "இராமானுசர் தேவரீர்பால் சிலவற்றை அறிய விரும்பி யுள்ளார். அவற்றை அருளுதல் வேண்டும்" என்றார். பேரருளாளன், "அன்பனே, அவற்றைக் கூறுகின்றோம். 1. பரம்பொருள் நாமே, 2.மதம் பேதமே, 3. அடைக்கலம் (பிரபத்தி)தான் சிறந்த வழி. 4. யாக்கை முடிவில் நம்மை நினைத்தல் வேண்டும் என்பது அன்று, 5. யாக்கை முடிவில் வீடுபேறு ஆம், 6. இராமானுசர் பெரிய நம்பியைக் குரவர் ஆகக் கொள்ளுதல் வேண்டும். இவையே இராமானுசர் நம்பால் அறிய விரும்பியவை" என்று அருளிச் செய்தான். திருக்கச்சி நம்பிகள் வணங்கி, விடைபெற்றுச் சென்று, இராமாநுசர் அவற்றைக் கூறியருளினார். இராமானுசர் திருக்கச்சி நம்பிகள் திருவடிகளை வணங்கி விடை பெற்றுச் சென்றார்.

## பேரருளாளன் சேவை

ஒருநாள் திருக்கச்சி நம்பிகள், கச்சிக்கு வாய்த்தான் மண்டபத்தின் அருகில் இருந்து, இராமானுசருக்குப் பேரருளாளனுடைய அரும் பெருங்குணங்களை அருளிக் கொண்டிருக்கையில் அப்பேரருளாளனும் பெருந்தேவியாரும் சிற்ப உருவின் இயல்பைக் கடந்து, திருமேனி (விபவ) வடிவுடன் ஒருவருக் கொருவர் பேசிக் கொண்டும் கைகோத்துக் கொண்டும், கச்சிக்கு வாய்த்தான் மண்டபமான வைய மாளிகையில் உலவிக் கொண்டிருந்தார்கள். அங்ஙனம் உலவு கின்ற அவர்கள் தம் பக்கமாக உலவுந்தோறும் திருக்கச்சி நம்பிகள், எழுந்து நின்று

அவர்களைக் கைகூப்பி வணங்கலானார். இராமானுசர், திருக்கச்சி நம்பிகளின் செயலைக் கண்டு, வியப்புற்றுத் திருக்கச்சி நம்பிகளை நோக்கித், "தேவர் இங்ஙனம் செய்வதற்குக் காரணம் என்ன?" என்று வினவினார். திருக்கச்சி நம்பிகள், "அன்பரே, மயர்வற மதிநலம் அருளப் பெற்ற ஆழ்வார் ஒண்டொடியார் திருமகளும் நீயுமே நிலா நிற்பக், கண்டசதிர் கண்டொழிந்தேன் என்று அருளிச் செய்யும்படி அவருக்குச் சேவை அருளியது போல ஆளவந்தாருடைய திருவடித் தொடர்பு பெற்றமையால், பொருள் அல்லாத என்னைப் பொருளாகக் கொண்டு பேரருளாளனும் பெருந்தேவித் தாயாரும் வைய மாளிகையில் உலவி அடிக்கடி காட்சி அளித்துக் கொண்டிருத்தலால், யான் எப்படி எழுந்து வணங்காமல் இருத்தல் கூடும்?" என்று கூறினார். இராமானுசர் வியப்புற்று அவர் திருவடிகளை வணங்கினார்.

## திருக்கச்சிநம்பிகள்
## அமுதைப் பேரருளாளன் உண்ணல்

ஒருநாள் நாள்தோறும் அமுதை அறுசுவையோடு கூடியதாக நன்கு சமைத்துச் சமையற்காரர்கள் கொடுக்க, பூசாரி அதனைத் தூய நீரை, மறையின் மந்திரங்களைக் கூறித் தெளித்துப் பேரருளாளனுக்கு அமுது செய்விக்க வந்தார். பேரருளாளன், திருக்கச்சி நம்பிகளை நோக்கியருளி, "அப்பனே, உன் கையால் இந்த அமுதை எடுத்துத் தருக" என்றருளி னான். திருக்கச்சி நம்பிகள் உலக நடைக்கு அஞ்சிச் சிறிது தயங்கி நின்றார். பேரருளாளன், திருக்கச்சி நம்பிகளை நோக்கி, "அன்பனே, உன் மலர்க்கைகளால் அளிக்கும் அமுதே மற்றெவற்றினும் எமக்கு இனியது ஆகும். தயங்காமல் எடுத்துத் தருக" என்றான். "உயர்வற உயர்நலம்" உடையவன் ஆகிய அப்பெருமான் கூறியதை மறுக்காமல் "எம்பெருமான் அடியேன் திறத்துக் கொண்டருளிய பேரன்பின் திறம் என்னே" என்று எண்ணித் தம் அளவிடற்கு அரிய அன்பின் சுவையைக் கூட்டித் தம் திருக்கைக ளால் எடுத்துக் கொடுக்கப் பேரருளாளன் மிக்க மகிழ்வோடு அவ் அமுதை உண்டு உவந்தான்.

## பேரருளாளனுக்கு வெப்பந் தீர்த்தல்

ஒருநாள் இரவு கோயில் கதவுகள் மூடப்படும் வேளையில் பேரருளா ளனுக்கு வெப்பம் தணித்தற் பொருட்டுப் பாற்சோறும், பாலும், மணப் பொருள்கள் கலந்த சந்தனமும், அடைக்காயமுதும், சிறு செண்பகம்,

மல்லிகை, செங்கழுநீர் முதலிய மலர்களால் ஆன மாலைகளையும் அருச்சகர் கொணர்ந்து பேரருளாளன் திருமுன் வைத்தார். அவற்றைக் கண்ட பேரருளாளன், அருச்சகரை நோக்கி, "அருச்சக!, நீ இவற்றை இங்கு வைத்துக் கதவைச் சாத்திக் கொண்டு செல்க" என்றான். அருச்சகரும் அவ்வாறே கோயிற்கதவை மூடி விட்டு வெளியே சென்றார். பேரருளாளன் பின்பு திருக்கச்சிநம்பி களை அழைத்துச் சந்தனம், மலர்களை எடுத்துக் கொடுக்கச் சொல்லி அவர், அவ்வாறே அவற்றை எடுத்துக் கொடுக்க உவப்போடு அச்சாந்தைத் திருமேனியிற் பூசிக்கொண்டு, மலர் மாலைகளைச் சூடிக் கொண்டான். பிறகு அவர் பாற்சோற்றையும் பாலையும் எடுத்துக் கொடுக்க அவற்றுள், முக்காற் பங்கை உலகமுண்ட பெருவாயால் உண்டருளித், திருக்கச்சி நம்பிகளை நோக்கி, "அன்பனே, எஞ்சியதில் நீ ஒரு பகுதியை உட்கொண்டு, எஞ்சியதை அருச்சகர்கள் முதலியவர்களுக்காக வைத்திடுக" என்று அருளினான். திருக்கச்சி நம்பிகள் அவ்வாறே எஞ்சியதில் ஒரு பகுதியை உண்டருளி, மிச்சத்தை அருச்சகர் முதலியவர்களுக்காக வைத்துத் திருவாலவட்டத் தொண்டைச் செய்து விட்டுத் தம் மடத்துக்கு எழுந்தருளினார்.

பிறகு அருச்சகர் கதவைத் திறந்து (திருக்காப்பு நீக்கி) திருமாலை பூசை செய்கையில் பாற்சோறும், பாலும் சிறிதளவே இருக்கக் கண்டு, திருக்கச்சி நம்பிகளுடைய மேன்மைகளை நன்கு அறிந்தார். பேரருளாளன் திருவருளையும், நம்பிகளின் அன்பின் மேன்மையை யும் பல படியாகப் புகழ்ந்து போற்றினார். அறிவு இல்லாதவர்கள் ஆகிய சிலர், "பெருமாள் பேரைச் சொல்லித் திருக்கச்சி நம்பிகள், தம் பசியை ஆற்றிக் கொண்டனர்" என்று பழிக்கலாயினர். திருக்கச்சி நம்பிகள்,

> வைத்தனை இன்சொல்லாக் கொள்வானும் நெய்பெய்த
> சோறென்று கூழை மதிப்பானும் – ஊறிய
> கைப்பதனைக் கட்டியென் றுண்பானும் இம்மூவர்
> மெய்ப்பொருள் கண்டுவாழ் வார்

என்றபடி அப்பழிமொழிகளைப் புகழ்மொழிகளாகக் கொண்டு மகிழ்வுற்றார்.

## பேரருளாளன் பெருங்குணம்

திருக்கச்சி நம்பிகளுக்கு உண்டான பழியை நீக்கியருளக் கருதி பேரருளாளன், வடநாட்டிலே பெருஞ்செல்வனாக உள்ள ஒரு கோசாயியின் கனவில் எழுந்தருளி, "அன்பனே, திருக்கச்சிக்கு வருக, அங்கு நம் காட்சியை உனக்கு அருளுவோம்" என்று கூறியருளினான். கோசாயி காலையில் எழுந்து பெருமான் தன் கனவிலே எழுந்தருளிக் கூறியவற்றை எண்ணி, வியப்பும் களிப்பும் எய்தி, உடனே பல பணியாளருடனும், வேண்டிய பொருளுடனும் புறப்பட்டு வருகையில் திருவேங்கட மலையை அடைந்து, அப்பனையும், அலர்மேல் மங்கைத் தாயாரையும் வணங்கித், திருக்கச்சியை நோக்கிப், புறப் பட்டார். இரவில் அங்குத் தங்கி, வருகையிலே பேரருளாளன் ஒருநாள் இரவு அந்தக் கோசாயியின் கனவிலே, "அன்பனே நாம் காலைச் சந்தியில் அமுது செய்ய ஆயிரம் தளிகையும் அக்கார அடிசிலும் அமைப்பிப்பாயாக, பிறகு உச்சிப்போதில் அலங்கார அமுது ஒரு நூறாயிரம் பேருக்கு அமைப்பித்து, அப்பதியில் உள்ளார் அனைவரை யும் அமுது செய்விப்பாயாக" என்றருளினான்.

கோசாயி காலையில் எழுந்து, பெருமான் கனவிலே தோன்றிக் கூறியதை எண்ணி, "என்னே! எம்பெருமான் அடியேனை ஒரு பொருளாக மதித்து அடியேன் கனவில் எழுந்தருளி, இங்ஙனம் கூறியருளினனே! எம்பெருமான் எம்பாற் செய்த இப் பேரருளை எண்ணினால் இது அடியேனுடைய முன்னோர்கள் செய்த தவப் பயனே, என்னுடைய நல்வினையின் பயன் என்று கருதுதற்கு உரிய நல்வினைகளை யான் செய்திலேனே! எம்பெருமான் விரும்பியபடி செய்வதையன்றி எல்லாச் செல்வங்களுக்குந் தலைவி ஆகிய திருமகள் அகலாது உறையும் திருமார்பை உடைய அப்பெருமானுக்கு அடியேன் செய்யக்கூடியது யாதுளது?" என்று எண்ணிச் சில பணியாளர்களை அழைத்து, "அன்புடையவர்களே, நீங்கள் முன்னாகக் கச்சிப் பதிக்குச் சென்று, ஆயிரம் தளிகை அமுது, அதற்கு ஏற்ற அக்கார அடிசில், நூறாயிரம் பேருக்கு வேண்டிய வண்ண உணவு ஆகியவற்றிற்கு வேண்டியவற்றைச் செய்து வைப்பீர்கள் ஆக" என்று கூறினார். அவற்றிற்கு வேண்டிய பொருளையும் அவர்களிடம் கொடுத்து, அவர்களை அனுப்பிவிட்டு இடையில் உள்ள தொண்டைநாட்டு மற்றைத் திருப்பதிகளையும் வணங்கிக் கொண்டே திருக்கச்சிப் பதியை வந்து அடைந்தான்.

உடனே பேரருளாளன் கோயில் அறங்காவலர் கனவிலே தோன்றி, "அன்பனே, சிறந்த செல்வன் ஆகிய ஒரு கோசாயி நம் பதிக்கு வந்திருக்கின்றான். அவன் என்ன என்ன தொண்டுகளைச் செய்ய விரும்புகின்றானோ அவற்றைச் சிறிதும் மறுக்காமல் நீ அவனுடன் இருந்து செய்விப்பாயாக" என்று அருளிச் செய்தான். தருமகருத்தர் காலையில எழுந்தவுடனே அக்கோசாயி வந்து தங்கியுள்ள இடத்தை வினவி சென்று, அக் கோசாயியைக் கோயிலுக்கு அழைத்து வந்து, பேரருளாளனையும் பெருந்தேவித் தாயாரையும் முறையே சேவிக்கும் படி செய்து, துளசி தீர்த்தம், மலர்மாலை, சடகோபம் முதலியவற்றை அளிப்பித்து, "அன்புடையீர், தாம் செய்ய விரும்புவனவற்றைத் தம்முடைய கருத்தின்படியே செய்யலாம்; கருத்துக்கு இங்கு ஒருவரும் மாறு கூறார்" என்று கூறினார். கோசாயி அந்த அறங்காவலருக்கு வணக்கம் கூறி, அவர்பால் விடைபெற்றுக் கொண்டு, தான் தங்கி யிருக்கும் இடத்திற்குச் சென்றான். கோசாயியினால் முன்னே அனுப்பப் பட்ட பணியாளர்கள் அவன்பால் வந்து, "அன்ப, தாங்கள் கட்டளை யிட்டபடி வேண்டிய பொருள்கள் கொள்ளப்பட்டன. வேறு எவை யேனும் வேண்டுமானால் இவ் ஊர்க் கடைவீதியிற் பெறலாம்" என்று கூறினார்கள்.

கோசாயி வேண்டும் பொருள்களை எல்லாம் தொகுத்துக் கொடுத்துப் பின் "இப்பட்டணத்தில் உள்ளார் எவரும் தளிகை பண்ணுதல் வேண்டா. பெருமாளுக்கு வழிபாடு ஆன அமுது குறைவு இன்றி யாவருக்கும் அளிக்கப் பெறும்" என்று பறைசாற்றினான். பிறகு கோயிற் பணியாளர்கள், ஆயிரம் தளிகை அமுதும், அக்கார அடிசிலும் செய்து வைக்க, அருச்சகர் அவற்றைப் பேரருளாளன் திருமுன் வைத்தார். பேரருளாளன் அருளப்பாடிட்டபடி அருச்சகர் அழைக்க, திருக்கச்சி நம்பிகள் உள்ளே வந்தார். பிறகு மற்றொருவரும் உள்ளே வராதபடி செய்தார். பின்பு அருச்சகர் எடுத்துக் கொடுக்கத் திருக்கச்சிநம்பிகள், அவற்றை வாங்கிப் பேரருளாளனிடம் கொடுக்கப் பேரருளாளன், ஆயர்கள் கோவர்த்தன மலைக்கு இட்ட பொங்கல் முழுதையும் கண்ணன் அங்கு ஒரு பூத வடிவம் கொண்டு, அமுது செய்தருளினால் போல் அமுது செய்தருளினான். பிறகு அருச்சகர், திருக்காப்பை நீக்கி கோசாயி முதலானவர்களை, அப் பெருமானை வழிபடச் செய்தனர். கோசாயி திருக்கச்சி நம்பிகளுடைய அன்பின் மேன்மையையும்

அவரிடத்தில் பேரருளாளன் கொண்டிருக்கும் நிகரற்ற அன்பையும் அறிந்து, அவர் திருவடிகளை வணங்கி, "அன்பிற் சிறந்த அருங்குணரே! தேவரீருடைய அன்பின் பெருக்காலே பேரருளாளனுடைய திருவருளுக்கு ஒரு சிறு மேன்மையும் இல்லாத அடியேனும் உரியவன் ஆனேன். தங்களுக்கு அடியேன் யாது கைம்மாறு செய்ய வல்லேன்" என்று கூறினான்.

அவற்றைக் கேட்ட திருக்கச்சிநம்பிகள், "அன்புடையீர்! வட நாட்டில் எத்துணையோ செல்வர்கள் இருக்கின்றார்கள். அங்ஙனம் இருக்கவும், எம்பெருமான் உம் கனவில் தோன்றி, இங்ஙனம் கூறியதற்குக் காரணம், எம்பெருமானிடம் நீர் கொண்டுள்ள அன்பும் உம் மனத்தூய்மையும் ஆகும் என்பதில் ஐயம் இல்லை. நலங்கள் வாழ்க" என்று கூறியருளினார். கோசாயி மீண்டும் திருக்கச்சிநம்பிகளை வணங்கிப் பிறகு அருச்சகரை நோக்கி, "இனிச் செய்ய வேண்டியவற்றைச் செய்க" என்று கூறினான். அருச்சகர் அலங்கார அமுதைத் திருக்கச்சி நம்பிகளால் பெருமானுக்கு வழிபாடு செய்வித்து, அந்நகரில் உள்ள மக்கள் அனைவருக்கும் சேரும்படி செய்தார். ஆயிரம் தளிகை அமுதையும், அக்கார அடிசிலையும் பேரருளாளன் தானே அமுது செய்தருளினான் என்பதனை அறிந்த மாந்தர்கள், "பேரருளாளன், அன்பர்கள்பால் கொண்ட அன்பின் தன்மையும், திருக்கச்சிநம்பிகளுடைய மேன்மையும், கோசாயினுடைய மனத் தூய்மையும் மிகச் சிறந்தனவாகும்" என்று பேசிக் கொண்டார்கள்.

முன்னே பாற்சோற்றையும், பாலையும் பேரருளாளனே அமுது செய்தருளினான் என்பதை அறியாமல், திருக்கச்சிநம்பிகளைப் பழித் துக் கூறியவர்கள், மனம் பதறி, "ஆ! என்னே! நாம் முன்பின் ஆய்ந்து பாராமல் பேரருளாளன் திருவுள்ளத்தினை தம்மிடம் ஆகும்படி செய்த பேரன்பினர் ஆகிய அப் பெரியாரை வீணிலே பழித்துக் கூறினோமே! எம்பெருமானே, அடியோங்கள் அறியாமையால் செய்த பிழையைப் பேரருட் கடலாகிய நீர் பொறுத்தருள்க. அப் பெரியார் அருளுக்கு அடியோங்கள் உரியவர்கள் ஆகும்படி செய்தருள்க" என்று வேண்டினார்கள். சிலர், "பேரருளாளன் திருக்கச்சி நம்பிகள் பால் கொண்ட அன்பு, ஒப்பு உயர்வு அற்றதாகும்" என்றார்கள். சிலர், "அந்தக் கோசாயின்பால் பேரருளாளன் கொண்ட அன்பின் நிறம், மிகச் சிறந்ததாகும்" என்றார்கள்.

## ஊழ்வினையைக் குறைத்தருளுதல்

ஒருநாள் பேரருளாளன் திருக்கச்சி நம்பிகளோடு பேசிக் கொண்டிருக்கையில், "அன்பின் செல்வனே! ஊழின் பயன் ஆகவரும் துயரத்தை யாவரும் அனுபவித்தேயாக வேண்டும்" என்றருளினான். திருக்கச்சி நம்பிகள், பேரருளாளனை நோக்கி, "எம்பெருமானே! தேவர் இங்ஙனம் அருளியதற்குக் காரணம் யாது?" என்று கேட்டார். பேரருளாளன், "உனக்கு ஏழரை ஆண்டுச் சனி வருகின்றது. அதனால் ஆகும் துயரத்தை நீ அனுபவித்தல் வேண்டும்" என்றருளினான். திருக்கச்சிநம்பிகள் "அதுவும் என்னால் இயலாது" என்றார். பேரருளாளன், "ஏழரை நாளேனும் பட வேண்டும்" என்றருளினான். திருக்கச்சி நம்பிகள் "அதுவும் என்னால் முடியாது" என்றார். பேரருளாளன், "ஏழரை நாழிகை ஆகிலும் பட்டே தீர வேண்டும். இன்றேல் கணித நூல்களின் திறம் அழியும்" என்றருளினான். திருக்கச்சி நம்பிகள் வாளா இருந்தார்.

சன்னிதி காப்போர், பிறகு ஒருநாள் காலையில் கோயிலைத் திறந்து (திருக்காப்பு நீக்கி) உள்ளே சென்றபோது ஒளிமிக்க மணிகள் பதிக்கப் பெற்ற தோளணியைக் காணாமல் பல இடங்களினும் தேடினார்கள். அது காணவில்லை ஆதலின், அவர்கள் அதனை அதிகாரிக்கு அறிவித்தார்கள். அவ் அதிகாரியும், அங்கு உள்ளவர்கள் எல்லாரையும் வருவித்து ஆய்ந்தான். அவர்கள், தங்களுக்குள் "இக் குற்றத்தைத் திருக்கச்சி நம்பிகள் மீது வைத்து விடுவோம்" என்று பேசிக் கொண்டு, அதிகாரியை நோக்கி, "அறிஞரே, நாங்கள் அதனை ஒரு சிறிதும் அறியோம்; திருக்கச்சி நம்பிகளே எப்போதும் பேரருளாளன் அருகில் இருக்கின்றார். அவர்தாம் அதனை அறிவார்" என்று கூறினார்கள். அதிகாரி, திருக்கச்சி நம்பிகளை வருவித்து நீர் எடுத்திருப்பீராகில் கொடுத்து விடும். இன்றேல் தண்டனைக்கு உள்ளாவீர்" என்று கசையைக் காட்டினான். அவர் பொறுத்தற்கு அரிய துயரத்தையும் நாணத்தையும் உடையவராய், "அறிஞரே! நான் எடுக்கவில்லை" என்று கூறித் துயர மிகுதியினால், மேல் ஒன்றும் கூற முடியாதவராய்க் கலங்கி நின்றார். பேரருளாளன், அன்பர்கள் துயர் உறுதலைக் காணின், ஆற்றாதவன் ஆதலின், அத் தோளணியைத் தன் திருத்தோளில் ஒளி விட்டு விளங்கக் காட்டியருளினான்.

அருச்சகர்கள் உடனே விரைந்து சென்று, அதனை அதிகாரிக்கு அறிவித்தார்கள். அதிகரரி வியப்பு எய்தி உடனே திருக்கச்சி நம்பிகளு டைய திருவடிகளை வணங்கி, "அருளுடையீர், அடியேன் பிழையைப் பொறுத்தருளுதல் வேண்டும்" என்று வேண்டிக் கொண்டது மன்றித் "தேவரீர், பேரருளாளன் சன்னிதிக்குச் செல்வீராக, எம்பெருமான் தேவரீரைக் காணாமல் இரான் என்பது தேவரீர் அறிந்தது தாமே? அடியேன் தேவரீருடைய மேன்மைகளை அறிந்தும் புன்மதியினால், இங்ஙனம் தேவரீருக்குத் துயரை உண்டாக்கினேன். இத் தீவினையைப் போக்குதற்குத் தேவரீர் திருவருளே மருந்து ஆகும்" என்று மனம் கலங்கிக் கூறி, மீண்டும் திருக்கச்சி நம்பிகளுடைய திருவடிகளை வணங்கினான். திருக்கச்சி நம்பிகள், அவ் அதிகாரியை நோக்கி, "அறிஞரே, எவரும் தங்கள் கடமையைச் செய்தல் இன்றியமையாதது. கடமையைச் செய்யாமையே எவருக்குங் குற்றம். நீர் உமக்கு இன்றி யமையாததாய் அமைந்த கடமையைச் செய்தீர். இஃது எம்பெருமான் தானே கீதையில் அருளியதாகும். ஆதலின், நீர் அதனால், தீமை அடைய மாட்டீர். வாழ்க உம்முடைய அன்பு" என்றார்.

அவ் அதிகாரி, திருக்கச்சி நம்பிகள் கூறியவற்றைக் கேட்டு, மனந்தேறி, அவருடைய திருவடிகளை மீண்டும் வணங்கி, விடை பெற்றுச் சென்றான். திருக்கச்சி நம்பிகள், திருவனந்த சரசில் நீராடித் திருமண் அணிந்து கொண்டு, பேரருளாளன் சன்னிதியிற் சென்று, அப் பெருமானை வணங்கி, "எம்பெருமானே, அடியேன் பல நாள்கள் பட வேண்டிய ஊழின் பயனை மலையை அணுவாக்கினாற் போலக் கசையைக் காணும்படி செய்ததோடு நீங்கும்படி திருவருள் புரிந்தனை. உன் அடியவர்கள் உன்பால் வைக்கும் அன்பினும் நீ அவர்கள்பால் வைத்தருளும் அன்பு மிகப் பெரிது எனப் பெரியோர்கள் கூறுவதன் வாய்மையை இன்று நன்கு உணர்ந்தேன்" என்று கூறிப், போற்றி, அப் பெருமானை வணங்கிப், பின் தம் தொண்டைப் பழையபடி புரிந்து வருவாராயினார்.

## திருப்பாற்கடலிலே திருமால்

ஒருநாள் இரவு திருக்கச்சி நம்பிகள் பேரருளாளனோடு தனியாகப் பேசிக் கொண்டிருக்கையில் திருக்கச்சி நம்பிகள் பேரருளாளனை வணங்கி, "அடியோங்கள் அன்பிற்குகந்த இறைவரே,

பாலாழி நீகிடக்கும் பண்பையாம் கேட்டேயும்
காலாழும் நெஞ்சழியும் கண்சுழலும் நீலாழிச்
சோதியாய் ஆதியாய் தொல்வினைஎம் பால்கடியும்
நீதியாய் நிற்சார்ந்து நின்று

என்று நம்மாழ்வார் ஈடுபடும்படி தேவரீர், திருப்பாற்கடலிற் பள்ளி கொண்டிருப்பதற்குக் காரணம் என்ன? என்று கேட்டார். பேரருளாளன், "அன்பனே, நாம் அங்கு உலகைக் காத்தலையே கருதிக் கொண்டு அறிதுயில் கொண்டிருப்போம். அதனை உணர்ந்தவர்கள், யோக நித்திரை என்பார்கள். அன்றியும் அங்கிருந்து, அன்பர்களுடைய குரலைக் கேட்டு, அவர்கள் விருப்பம் கைகூடச் செய்வோம்" என்றருளினான். நம்பிகள் அவற்றைக் கேட்டுப் பேருவகை கொண்டு வணங்கினார். இங்ஙனம் பலவற்றைப் பேரருளாளன் திருக்கச்சி நம்பிகளுக்குக் கூறியருளி, பின்பு அவரை நோக்கி, "அன்பனே, பொழுதாயிற்று; மடத்துக்குச் செல்க" என்று அருளினான். திருக்கச்சி நம்பிகள் வெளியில் வந்து எங்கும் பேரிருள் சூழ்ந்து இருத்தலைக் கண்டு, "அருளாளா! தீப்பந்தம் கொண்டுவா" என்று தம் பணியாள னைக் கூப்பிட்டார். அவன் எங்கேயோ ஓரிடத்திற் படுத்துத் உறங்கிக் கொண்டு இருந்தான். ஆதலின் பேரருளாளன் அப் பணியாளைப் போல உருவங் கொண்டு,திருவாழியைத் தீப்பந்தமாக்கிக் கையிற் பற்றிக் கொண்டு திருக்கச்சி நம்பிகளுடன் போய், அவர் தம் மடத்தின் அருகிற் சென்றவுடன் மறைந்தருளினான்.

## திருவேங்கடத்தில் திருக்கச்சி நம்பிகள்

திருக்கச்சி நம்பிகள், "அந்தமில் வீட்டிலே அழிவிலா வாழ்வினர் ஆகிய தேவர்கள் அரிய நன்மாலைகள் சூட்டி, அடி பணிந்து போற்றிப் பணி செய்ய, அவர்கள் செய்யும் அத்தொண்டுகளை ஏற்றருளி மகிழ்ந் தருளும் இவ் இறைவன் தான் இவ் அத்திகிரியில் எழுந்தருளி இருக்கும் தன் சிலை நிலையைக் கடந்து, பொருள் அல்லா அடியேனைப் பொருளாக்கி, அடியேனோடு தன்னுடைய திருப்பவள வாய் திறந்து பேசி வந்ததேயன்றி, அடியேனுக்குப் பணியாளன் செய்யும் பணியையும் செய்யத் திருவுள்ளம் கொண்டால், இங்ஙனம் அடியேன் இப் பெருங்குற்றத்திற்கு ஆளாய் இவர் திருவடிகளுக்குத் தொண்டு புரிந்து கொண்டிருப்பது எங்ஙனம் கூடும்? ஆகையால், இந்தத் திருக்காஞ்சி (தியாக மண்டபம்) விட்டு திருவேங்கட (புட்ப

மண்டப)த்துக்குச் செல்லக் கடவேன்" என்று எண்ணி, அப்போதே புறப்பட்டு விட்டார். அங்ஙனம் புறப்பட்டவர் கடிகாசலத்தை அடைந்து, அவ் ஊரில் எழுந்தருளியுள்ள நரசிங்கப் பெருமானையும் சிறிய திருவடியையும் வணங்கி அங்கு நின்றும் புறப்பட்டு திருவேங் கடத்தை நோக்கிச் செல்லலானார். அங்ஙனஞ் செல்கையில் வழியிடை ஒருவன் ஓர் ஓடையிலே செங்கழுநீர்க் கிழங்குகளைப் புதைத்தலைக் கண்டு, "அன்பரே! இதனை யாருக்காகப் புதைக்கின்றீர்?" என்று வினவினார். அவன், "மின்னார் முகில் சேர் திருவேங்கட மேயவ னுக்கு" என்று கூறினான். திருக்கச்சி நம்பிகள், "அன்பரே, அஃது இப்போது பயன் தருமோ?" என்றார். அவன், "நீர் பார்ப்பதற்குத் தெளிந்த அறிவு உடையவரைப் போலக் காணப்படுகின்றீர். உம்முடைய வினா உம்மைச் சிறிதும் அறிவு இல்லாதவர் என்று கூறு தற்கே உரியதாய் இருக்கின்றது. இப்பொழுதே புதைத்த கிழங்கு இப்பொழுதே பயன் தருமோ? போம் போம் பெரிய அடிகளே" என்று எள்ளலோடு கூறினான்.

அவன் கூறியவற்றைக் கேட்டுச் சிறிதும் சினம் கொள்ளாமல் புன்முறுவல் புரிந்து, "அன்பரே, யான் வினவியது முற்றுந் தவறாகிய வினாவே; பொறுத்தருள்க" என்று கூறி திருவேங்கடத்தை நோக்கிச் செல்லலானார். அம் மனிதன் தான் கிழங்கைப் புதைத்த ஓடையைத் திரும்பிப் பார்க்க, அது தழைத்து, வளர்ந்து, பல மலர்கள் பூத்திருக்கக் கண்டான். உடனே அவன் மனம் மிகப் பதறிக் கலக்கம் உற்றது. அவன், விரைந்து ஓடித் திருக்கச்சி நம்பிகள் திருவடிகளை வணங்கி, "அருட்குணப் பெரியீர், அடியேன் தங்கள் பெருமையை உணராமை யால், தங்களை இழித்துக் கூறியுள்ளேன். அறிவிலி ஆகிய அடியேன் குற்றத்தைப் பொறுத்தருளல் வேண்டும். இப்பொழுது பயன் தருமோ? என்று தேவரீர் கேட்டது, தேவரீர் இப்பொழுதே "அது கோல்தேன் பாய்ந்தொழுகும் குளிர்சோலை சூழ் வேங்கடம் மேவிய அப்பனுக்குப் பயன்படுதல் வேண்டும்" என்று தாங்கள் விரும்பியே என்பது இப்போது நன்கு விளங்கியது. அக்கிழங்கு தழைத்து வளர்ந்து பல மலர்கள் பூக்கப் பெற்றுப் பொலிந்து விளங்குகின்றது. தாங்கள் அங்கு எழுந்தருளி அம் மலர்களை எடுத்துக் கொண்டு சென்று, அப்பனுக்குச் சேர்த்தருளல் வேண்டும்" என்று கூறி வேண்டினான். திருக்கச்சி நம்பிகள் "இதுவும் எம்பெருமான் திருவருளே. எம்பெருமான் அடியேனுக்கு ஒரு

சிறு குறைவும் உண்டாகாமல் செய்யக் கருதி இங்ஙனம் புரிந்தருளினான் போலும். எம்பெருமான் அடியேனிடம் கொண்டருளிய அன்பின் பெருமையை என்னென்று கருதுவேன்" என்று தமக்குள் எண்ணிக் கொண்டே அவன்பின் சென்றார்.

அவன் ஓலைப்பாய் ஒன்றை இட்டு, அதில் திருக்கச்சி நம்பிகளை இருக்கச் செய்து, ஓர் ஓலைக் குடலையைக் கொண்டு வந்து, அதன் அடியிற் சில இலைகளை வைத்து அச் செங்கழுநீர் மலர்களைப் பறித்து, அக் குடலையில் இட்டு, நீர்படிந்த சில இலைகளை அவற்றின் மீது வைத்து; திருக்கச்சி நம்பிகளை வணங்கி, அக் குடலையை எடுத்துக் கொண்டு "அடிகாள் திருமலைக்கு எழுந்தருள்க" என்று கூறி, அவருடன் திருமலையை நோக்கிச் சிறிது தொலைவு சென்றான். திருக்கச்சி நம்பிகள், அன்பிற் சிறந்த அவனை நோக்கி, "அன்பரே, உமக்கு வீட்டு வேலைகள் பல இருக்கும்; யான் செல்கின்றேன். நீர் மனைக்குச் செல்வீராக" என்றருளினார். அவ் அன்பின் செல்வன், "அருட்குணப் பெரியீர், திருமலை அண்மையில் தான் இருக்கின்றது. தேவரீர் பணித் தருளியபடி வீட்டிற்குச் செல்ல விடை கொள்கின்றேன்" என்று அப் பூக்குடலையைத் திருக்கச்சி நம்பிகளிடம் கொடுத்து, அவரை வணங்கி, விடைபெற்றுக் கொண்டு சென்றான். பிறகு திருக்கச்சிநம்பிகள் திருமலையை நோக்கிச் செல்லலானார்.

அவர் செல்கையில், எழிலும் இளமையும் பொலிந்து விளங்கும் ஓர் ஆடவன் அவர்முன் தோன்றி, "அம் மலர்களை இங்கே தந்திடலா காதோ?" எனத் திருக்கச்சிநம்பிகள் அவ்வாறே அம் மலர்களை அவ் அழகியான் கையிற் கொடுத்தார். அவ் எழில் நிறமேனியன், அவ் அணிமிகு மலர்களைத் தன் தோளிணை மேலும், அகன்ற மார்பின் மேலும், சுடர் முடி மேலும், செம்மலர்த் தாளிணை மேலும் புனைந்து கொண்டு மறைந்தான். திருக்கச்சிநம்பிகள், வியப்புற்று, "என்னே! இத் திருமலைநாதன், அடியேன் அங்குக் கொண்டு வந்து சேர்த்தற்குள் தானே இங்குவந்து, அம் மலர்களைக் கேட்டுப் பெற்றுத் தானே புனைந்து கொண்டு சென்றருளினானே! அத்திகிரிப் பேரருளாளன் செயலினும் இத் திருமலைச்செல்வன் செயல் வியப்பானதாகவே இருக்கின்றது" என்று எண்ணி, எப்பொழுது அச் சேணார் திருவேங் கடத்தைச் சென்று காண்போம் என்னும் பெருவேட்கையோடு கடுநடை யிட்டுத் திருமலையை நோக்கிச் சென்றார்.

நிகரில் அமரர் முனிக் கணங்கள் விரும்புவதும் ஆகிய திருவேங் கடமலையைக் கண்டார். கண்டவுடன் அவர் மனத்தில் மகிழ்ச்சி பொங்கித் ததும்பியது; அவர் கண்கள் அத் திருமலையின் அருவி என நீரைச் சொரிந்தன. அவர் திருமேனி முழுதும் புளகம் போர்த்தது; உடனே தரையில் வீழ்ந்து வணங்கினார்; எழுந்தார்; ஆடினார்; அகம் கரைந்து இசை பாடினார். அம் மலையின் தாழ்வரையைச் சென்று அடைந்தார்; பிறகு திருமலையை அணுகி மலை குனிய நின்றான், திருவாழிபரப்பினான், பங்கயச்செல்வி, திருமலைநம்பி, திருமழிசைப் பிரான், குலசேகரன், திருவேங்கடத்து நின்றான், வண் சடகோபன், யமுனைத்துறைவன், அழகிய மணவாளன், பேரருளா ளன், திருமங்கை மன்னன், தொண்டரடிப்பொடி, அரிசரணாலயன், புண்டரீகன், திருப்பேர் நகரான் என்னும் திருப்பெயர்களாற் பொலிந்து விளங்கும் நந்தனவனங்களைத் தொழுது வியப்பும், களிப்பும் கொண்டு, பொன்மணியும், முத்தும், பன்மணிகளும் அருவி நீரோடு பொருது உருளப்பெற்றுக், காடும், மேடும் உடையதாகிய திருமலையில் ஏறி, திருப்பூங்குன்றத்தில் நீராடித், திருநாமமும், திருச்சூரணமும் தரித்துக் கொண்டு, வராகப்பிரானை வணங்கி, பின் திருவேங்கடமுடை யானுடைய கரிய கடலிலே தாமரை மலர்கள் பூத்தன போன்ற கால் கைகள் முதலிய அழகிய உறுப்புகளையும், பொன் ஆடையையும், அணிகளையும் அவ் அணிகளுக்கு அழகு செய்யும் திருமேனியின் பொலிவையும் கண்டு, களிப்பென்னும் கடலில் மூழ்கி,

> முடிச்சோதி யாயுனது முகச்சோதி மலர்ந்ததுவோ
> அடிச்சோதி நீநின்ற தாமரையாய் அலர்ந்ததுவோ
> படிச்சோதி ஆடையொடும் பல்கலனாய் நின்பைம்பொன்
> கடிச்சோதி கலந்ததுவோ திருமாலே கட்டுரையே

என்று போற்றி வணங்கினார். அருச்சகர் திருக்கச்சிநம்பிகளுக்குத் நீர், துளசி, மலர்மாலை, சடகோபன் முதலிய அளித்தனர். பின்பு அப்பன் அருச்சகர் மூலம் எழுந்தருளித் திருக்கச்சிநம்பிகளை நோக்கி, "அன்பனே, உன் விருப்பின்படி நீ செய்வன செய்து கொண்டு இங்கு இருத்தல் வேண்டும்" என்றருளினான்.

> வந்தாய் என்மனம் புகுந்தாய் மன்னி நின்றாய்
> நந்தாத கொழுஞ்சுட ரேயெங்கள் நம்பீ
> சிந்தா மணியே திருவேங் கடமேய
> எந்தாய் இனியான் உன்னையென்றும் விடேனே

என்று போற்றிப் பின் பேரருளாளனுக்குச் செய்தது போலத் திருவால வட்டத் தொண்டைச் செய்து வரலானார். திருவேங்கடத்து அப்பன் "நாம் நின்று இருக்கும் இம் மலை,குளிர் அருவிகள் பல சூழப் பெற்றது. அவற்றால், உளதாகும் குளிர்ச்சி நீங்கும் பொருட்டு இங்கு உள்ளவர்கள் நமக்கு, மிள கோரையும் மிளகு கியாழமும் உண்பிப்ப தோடு, பச்சைக் கற்பூரத்தையும் நம்மீது பூசி வருகின்றார்கள். ஆதலின், நமக்கு இங்கு இந்தத் திருவாலவட்டத் தொண்டைச் செய்தலிற் பயன் இல்லை. நாம் நான்முகன் புரிந்த வேள்வியில் தோன்றிய வடிவத்தோடு இருக்கும் காஞ்சி (அத்திகிரி)யை அடைந்து, அங்கு நமக்கு அத் தொண்டைச் செய்து வருவாயாக" என்றருளினான்.

## காஞ்சிக்குத் திரும்புதல்

திருக்கச்சிநம்பிகளும் திருவேங்கடத்து அப்பனிடம் விடைபெற்றுப் புறப்படும் சமயத்தில் பேரருளாளன், திருக்கச்சி நம்பிகளை எதிர் கொண்டு அழைக்கக் கருதிச் சென்று அவர் முன்னே நின்றருளினான். திருக்கச்சிநம்பிகள், பேரருளாளனைக் கண்ணுற்ற உடன் அப்பெருமான் திருவடிகளை வணங்கி நின்றார். பேரருளாளன் திருக்கச்சிநம்பிகளை நோக்கி, "அன்பனே, முன்பு சானகியைப் பிரிந்து பட்ட துன்பங்களை யெல்லாம் இப்போது உன்னைப் பிரிந்து பட்டோம். இறைப் பொழுதும் உன்னைப் பிரிந்திருக்க முடியாது" என்றருளினான். திருக்கச்சிநம்பிகள் அனலில் இட்ட வெண்ணெய் என மனம் மிகக் கரைந்து, கண்கள் நீர் சொரியவும், உடம்பில் எங்கும் புளகம் அரும்பவும் அப் பெருமானை வணங்கி அப் பெருமான் முன்னே நடக்கப் பின்னே நடந்து சென்று, காஞ்சியை அடைந்து முன்போலத் திருவாலவட்டத் தொண்டைச் செய்து வருவாராயினார்.

## திருக்கச்சிநம்பிகள் பெரியநம்பிகளிடம் மாட்டுக்காரனாக இருந்து தொண்டு புரிதல்

வள்ளுவக்குலத்தினனாகிய ஒரு வைணவன் திருக்கச்சிநம்பிகள் நீராடுதற்கு வேகவதியாற்றுக்குச் செல்லுகையில் அவரை வணங்குவ தும், அவர் நீராடி திரும்பி வந்த பிறகு அவர் திருவடிகள் படிந்த இடத்தில் உள்ள மணற்பொடிகளை எடுத்துத் தன் தலையிலே தரித்துக் கொள்வதுமாய் இருந்தான். இங்ஙனம் பல நாள்கள் செல்ல, ஒருநாள் அவன் செய்வதைத் திருக்கச்சிநம்பிகள் கண்டு, "இவன் இப்படிச்

செய்வதற்குக் காரணம் யாது? என்பதை அவனைக் கேட்டு அறிவோம்" என்று எண்ணி, அவன் அருகிற்சென்று, "அன்பனே, நீ இங்ஙனம் செய்த தற்கு காரணம் என்ன?" என்று வினவினார். அவன், திருக்கச்சி நம்பிகளை நோக்கி, "அருட்குணச் செல்வரே. அடியேன் சிறந்த தவம் உடையவனும் அல்லேன்; செல்வமிக்கவனும் அல்லேன்; ஆயினும், அறிவினும் அன்பினும் சிறந்த மேலோர்கள் எய்தும் பேற்றை எய்த வேண்டும் என்னும் ஆர்வம் மிக்கவனாயுள்ளேன். அந்த ஆர்வம் கை கூடுதற்குப் பேரருளாளன் திருவருள் வேண்டும். அதுவோ எளிதிற் கிடைப்பதில்லை. ஆனால், தேவரீர் பேரருளாளனை அன்பின் மேன்மையாலும் தொண்டாலும் உவப்பித்துக் கொண்டிருக்கும் அடியவர் ஆதலின், தேவரீருடைய திருவடிப் பொடியினால் அந்த ஆர்வம் முற்றுறும் என்னும் எண்ணத்தினால் அடியேன் பல நாள்களாக இங்ஙனம் செய்து வருகிறேன்" என்று கூறினான்.

திருக்கச்சிநம்பிகள், "அன்பனே, அதற்காக நீ இங்ஙனம் செய்தல் தக்கது அன்று" என்றருளினார். அதனைக் கேட்ட அவ்வள்ளு வன், "அன்பின் செல்வரே, அடியேன் செய்யும் இது தக்கது அன்று என்றீர். அங்ஙனம் ஆயின், அடியேன் விருப்பம் எந்த வகையினால் முற்றுறும் என்பதனை, அடியேன்பால் அருளை உடையீராய்ப் பேரருளாளனைக் கேட்டுவந்து கூறியருளுவீராயின், அடியேன் உய்ந்து போவேன்" என்றான். திருக்கச்சிநம்பிகள், அதற்கு உடன்பட்டுச் சென்று, அன்று இரவில் பேரருளாளனிடம் அதனை விண்ணப் பித்தார். பேரருளாளன் திருக்கச்சி நம்பிகளை நோக்கி, "அன்பனே, நம்முடைய அடியார் அடிப்பொடி அவன் தலையில் இருத்தலால். அவன் வீடுபேற்றை பெறுவதில் ஐயம் யாது உளது?" என்றருளினான். திருக்கச்சி நம்பிகள் மறுநாள் வேகவதியாற்றுக்குச் செல்பவர், வழியில் காத்துக் கொண்டிருந்த அந்த வைணவனை நோக்கி, "அன்பிற் சிறந்தோனே, நீ அந்தமில் பேரின்ப வீட்டை எய்துவை. அதில் உனக்குச் சிறிதும் ஐயுறவு வேண்டா" என்றருளினார். அந்த வள்ளுவன், "அன்பின் செல்வரே, தேவரீருடைய திருவடியின் தொடர்பினாலன்றோ அடியேனுக்கு இப் பெரும் பேறு கிடைப்பதா யிற்று. அத்தகைய மேன்மையையுடைய தேவரீருக்கு அப் பேறு கிடைக்கும் காலத்தை அறிந்தால் அடியேன் தேவரீர் அருகில் இருந்து தொழுகலாம் என்று விரும்புகின்றேன். ஆதலின், தேவரீர், அதனையும் பேரருளாளன்பாற் கேட்டு அறிந்து வந்து அடியேனுக்குக் கூறியருளல் வேண்டும்" என்று வேண்டினான்.

திருக்கச்சிநம்பிகள், "இதைப் பற்றி நாம் பேரருளாளனைக் கேட்பது எவ்வாறு?" என்று எண்ணிக் கொண்டே பேரருளாளனுக்குத் தாம் நாள் தோறும் செய்யும் தொண்டைச் செய்து கொண்டிருந்தனர். பேரருளாளன் திருக்கச்சி நம்பிகளை நோக்கி "அன்பனே, அந்த வைணவனுக்கு நம்முடைய கருத்தைக் கூறினையோ?" என்று கேட்டருளினான், திருக்கச்சிநம்பிகள், "கூறினேன்" என்றார். பேரருளாளன் அதனைக் கேட்டு "அவன் யாது கூறினான்?" என்று வினவினான். திருக்கச்சி நம்பிகள் அவன் தம்பால் கூறியவற்றைப் பேரருளாளன்பாற் கூறினர். பேரருளாளன் புன்னகை புரிந்து திருக்கச்சிநம்பிகளை நோக்கி, "அன்பனே, நம்முடைய பற்றும் ஆசிரிய அன்பும் சிறந்தனவே; ஆயினும் அடியவரிடம் கொள்ளும் பற்றுமே பேற்றுக்குக் கொழு கொம்பாகும். அது இல்லாதாற்குப் பேறு உண்டாவது ஐயமே" என்றான். திருக்கச்சி நம்பிகள், அவற்றைக் கேட்டவுடன் அப் பெருமானிடம் விடைபெற்றுக் கொண்டு, திருவரங்கம் பெரிய கோயிலுக்குச் சென்று, தாம் உடுத்திருந்த உயர்ந்த ஆடைகளைக் களைந்து, ஒரு சிறு மூட்டையாகக் கட்டிக் கொண்டு ஒரு மாட்டுக்கா ரனைப் போல வேடம் பூண்டு, பெரிய நம்பிகளிடத்திற்போய், வேலைக்கு அமர்ந்து பல நாள்கள் மாடு மேய்த்து அவருக்குத் தொண்டு புரிந்து வரலானார்.

திருக்கச்சிநம்பிகள் தொண்டு புரிந்து வருகையில், ஒருநாள் பெரிய நம்பிகள் வேறு சில சிற்றூர்களுக்குச் சென்றுவரக் கருதித் திருக்கச்சி நம்பிகளுக்கு அதனைத் தெரிவிக்கக், கூடு வண்டியில் சிறந்தனவாகிய இரண்டு எருதுகளைக் கட்டி, அந்த வண்டியைப் பெரிய நம்பிகளுடைய திருமாளிகை முன் கொணர்ந்து நிறுத்தினார். பெரியநம்பிகள் அந்த வண்டியில் ஏறிக் கொண்டார். திருக்கச்சிநம்பிகள் அதனை ஓட்டிச் சென்றார். பெரியநம்பிகள், தாம் செல்லக் கருதின ஊர்களுக்குச் சென்று, திரும்பி வருகையில் மாலைப் பொழுதாயிற்று. அதனோடு பெருங் காற்றுடன் பெருமழையும் பெய்தது. அதனால் பல இடங்களிலே மழை நீர் வெள்ளமாக ஓடியது. திருக்கச்சிநம்பிகள், பெரிய நம்பிகளுக்கு அவற்றால் துன்பம் சிறிதும் உண்டாகாமல் செய்ய எண்ணி, மாடுகளின் தலைக்கயிற்றை ஒருகையிற் பற்றிக் கொண்டு, மற்றொரு கையில் விளக்கை எடுத்துக் கொண்டு வழிகண்டு வண்டியை நடத்திச் சென்றனர். சேற்றுப்பாங்காய் உள்ள இடங்களில் வண்டியின் உருளைகள் சேற் றில் அழுந்தும்; அங்ஙனம் அழுந்துந்தோறும், திருக்கச்சிநம்பிகள், அவ்

வண்டிப் பாரின் ஓரக் கட்டைக்கு அடியில் தம்முடைய தோளைக் கொடுத்து முயன்று, உருளைகளை மேலே கிளப்பி, வண்டியைத் தள்ளிச் செலுத்துவார். திருக்கச்சிநம்பிகள், இங்ஙனம் பெருமுயற்சியைச் செய்து பெரியநம்பிகளை அவருடைய மாளிகைக்குக் கொண்டு வந்து சேர்த்தார்.

பெருங் காற்று அடித்ததனால் வண்டிக்குள் இருந்த பெரிய நம்பி களுடைய உடலும், ஆடைகளும் முழுதும் நனைந்து விட்டன; தரையில் நடந்து, வண்டியைச் செலுத்திக் கொண்டு வந்தவர் ஆகிய திருக்கச்சி நம்பிகளுடைய உடலும் ஆடையும் நனைந்ததைப் பற்றி வேறாகக் கூறவும் வேண்டுமோ? ஆயினும், திருக்கச்சிநம்பிகள், அங்ஙனம் தம் உடலும் ஆடையும் நனைந்ததனால் தமக்கு உண்டான வருத்தத்தை ஒரு சிறிதும் பொருட்படுத்தாமல் பெரியநம்பிகளுக்கு அவற்றாலே ஒரு சிறிதும் துன்பம் உண்டாகாமற் செய்வதிலேயே தம் கருத்தைச் செலுத்தி வந்தார். பெரியநம்பிகள் தம் மாளிகைக்கு முன் வண்டி நின்றவுடன் வண்டியினின்று இறங்கித் தம் ஆடையை மாற்றிக் கொள்ளுதற்காக மாளிகைக்குள்ளே சென்றார்.

திருக்கச்சிநம்பிகள், வண்டியினின்று மாடுகளை அவிழ்த்துத், தக்க இடத்திலே கட்டிவிட்டுப், பின் அடுத்த மாளிகையின் திண்ணையில் ஏறித், தம் ஆடைகளை அவிழ்த்து நன்றாய்ப் பிழிந்து, உலரும்படி அவற்றைக் காற்றோட்டத்திற் கட்டிவிட்டு, மாற்றாடை வேறு இன்மை யால் முன்னே தாம் பெருமாள் கோயிலில் இருக்கையில் உடுத்திக் கொண்டிருந்த ஆடைகளை உடுத்திக் கொண்டு, அத் திண்ணையின் ஒரு பக்கத்தில் ஒருவரும் காணாதபடி உட்கார்ந்திருந்தார். தம்முடைய மாளிகைக்குச் சென்ற பெரிய நம்பிகள், தம் உடம்பைத் துடைத்துக் கொண்டு, வேறு ஆடைகளை உடுத்திக் கொண்டு, திருக்கச்சி நம்பி களுக்காக இரண்டு உடைகளை எடுத்துக் கொண்டு, இடைகழியில் வர அங்கு அவரைக் காணாமையால், பணியாளனை அழைத்து, "நீங்கள் நம் மாட்டுக்காரனைக் கண்டீர்களோ?" என்று வினவினார். அவர்கள், "நாங்கள் அவனைக் கண்டிலோம்" என்றார்கள்.

பெரியநம்பிகள்,"அவன் தன் உடல் முழுதும் மழைநீரில் நனையவும். அதனைச் சிறிதும் கவனியாமல், இப் பெருங் காற்றோடு கூடிப் பெய்த பெருமழையில்தான் மிக முயன்று வருந்திக் கொணர்ந்து சேர்த்ததனாலே தான் நான் இப்பொழுது உங்களுக்கு முன் இருந்து பேசுகின்றேன்.

அங்ஙனம் என்னுயிரைக் காத்த அவனுக்கு அந்தோ! யான் ஒன்றும் செய்தற்கு இயலாதபடி அவன் எங்கேயோ போய் விட்டானே! நான் என் செய்வேன்" என்று கூறி மிகவும் மனந்தளர்ந்தார். அந்த ஆடைகளை உள்ளே ஓரிடத்தில் வைத்துவிட்டு, ஒரு கையிற் குடையைப் பிடித்துக் கொண்டு, மற்றொரு கையில் விளக்கை எடுத்துக் கொண்டு, வெளியிற் சென்று, "அடே, மாட்டுக்காரா, மாட்டுக்காரா" என்று கூவிக்கொண்டே வீட்டை விட்டு இரண்டு மூன்று அடி தூரம் சென்றார். பெரிய நம்பிகள், அங்ஙனம் அம் மழையில் தம்மைக் கூவிக் கொண்டு செல்லுதலைத் திருக்கச்சிநம்பிகள் கண்டு, அத் திண்ணையினின்று குதித்தோடி வந்து பெரிய நம்பிகளுடைய திருவடிகளை வணங்கி நின்றார்.

பெரியநம்பிகள் அவரைக் கண்டு,வியப்பெய்தி, "ஆ! கசேந்திர தாசரே, இந்த அரிய திருவுருவை இதுகாறும் எனக்குக் காட்டாமல் மறைத்து வைத்து வஞ்சனை செய்தீரே! உமக்கு இது தகுமோ? நீர் இங்ஙனம் செய்ததற்குக் காரணம் என்ன?" என்றார். திருக்கச்சிநம்பிகள் தாம் அங்ஙனம் செய்ததன் காரணத்தைக் கூறப், பெரியநம்பிகள் மாளிகைக் குள் அவரை அழைத்துக் கொண்டு சென்று சில நாள்கள் தம்முடன் வைத்துப் பலவகைப் பணிவிடைகளைப் புரிவாராயினார். திருக்கச்சி நம்பிகள் சில நாள்கள் பெரியநம்பிகளுடன் இருந்து, பிறகு அவர்பால் விடைபெற்று, பெருமாள் கோயிலுக்குச் சென்று, முன்போலப் பேரருளாளனுக்குத் திருவாலவட்டத் தொண்டைச் செய்து வந்தார்.

## பேரருளாளன் குடைபிடித்தல்

ஒருநாள் இரவு திருக்கச்சிநம்பிகள் பேரருளாளனுக்குத் திருவாலவட்டத் தொண்டைச் செய்வதிலேயே தம் கருத்து முழுதையும் செலுத்திக் கொண்டிருந்தார். நள்ளிரவு ஆயிற்று; ஆகியும் அவர் மனம் மடத்துக்குச் செல்லுதலை நாடவில்லை. ஆதலின் பேரருளாளன், திருக்கச்சி நம்பிகளை நோக்கி, "அன்பனே, நள்ளிரவு ஆயிற்று: நீ மடத்துக்குச் செல்க" என்றருளினான். திருக்கச்சிநம்பிகள் அப்பெருமான் சொற்படி மடத்துக்குச் செல்லக் கருதிக் கோயிலினின்று வெளியில் வந்தார். அப்பொழுது நல்ல மழை பெய்து கொண்டிருந்தது. அதனைக் கண்ட திருக்கச்சிநம்பிகள், தம் பணியாளனை அழைத்து, "அருளாளா, குடை கொண்டுவா" என்று கூறினார். அவன் அன்று எங்கேயோ ஓரிடத்தில் துயின்று கொண்டிருந்தான்; திருக்கச்சிநம்பிகள், அவன் எங்கிருக்கின்

றான் என அறிதற்பொருட்டுப் பல பக்கங்களிலும் தம் கண்ணைச் செலுத்தி "அருளாளா, அருளாளா" என்று பலமுறை அழைத்தார். அப்போது பேரருளாளன், அப் பணியாளனைப் போல் உருவங் கொண்டு,

> சென்றார் குடையாம் இருந்தாற் சிங்காதனமாம்
> நின்றால் மாவடியாம் நீள்கடலுள் என்றும்
> புணையாம் மணிவிளக்காம் பூம்பட்டாம் புல்கும்
> அணையாம் திருமாற் கரவு

என்னும் பொய்கையார் அருளிச் செயலின்படி தனக்குப் பல வகை யாகிய தொண்டுகளைப் புரியும் திருவனந்தாழ்வானையே குடை யாக்கித் திருக்கையில் ஏந்திக் கொண்டு, திருக்கச்சிநம்பிகளுக்கு முன் வந்து நின்று "இதோ குடை கொண்டு வந்து விட்டேன். தேவரீர், இக் குடைக்குள்ளாய் மடத்துக்குச் செல்லலாம்; எழுந்தருள்க" என்றருளி, அவரை அழைத்துச் சென்று, மடத்துக்கு அருகிற் சென்றவுடன் மறைந்தருளினான். திருக்கச்சிநம்பிகள் வியப்புற்றுத் தமக்குள் ஆய்ந்து, "உடையான் தன் உடைமையைப் பாதுகாத்தற் பொருட்டுச் செய்வன வற்றை எவர் தடுக்கக் கருதுவார்" என்று எண்ணிக் கொண்டு,

> சிறியார் பெருமை சிறிதின்கண் எய்தும்
> அறியாரும் தாமறியார் ஆவர் – அறியாமை
> மண்கொண்டு மண்ணுண்டு மண்ணுமிழ்ந்த மாயனென்று
> எண்கொண்டென் நெஞ்சே இரு

என்று தம்முடைய மனத்தைத் தேற்றிக் கொண்டு, மடத்தில் எழுந்தருளி யிருந்தார்.

## செங்கதிர் வெப்பம் தணித்தருளல்

பின் ஒருநாள் திருக்கச்சிநம்பிகள் நண்பகல் வேளையில் பேரருளாளன் அமுது செய்யும் வரையினும் அப் பெருமான் திருமுன் இருந்து, அவ் இறைவன் அமுது செய்தருளியபின் மடத்துக்குச் செல்லுதற்குக் கோயிலி லிருந்து வெளியில் வந்தார். அப்போது செங்கதிர் தன் வெப்பத்தின் பேராற்றலை யாவரும் நன்கு அறியும்படி செய்யக் கருதினவன் போலத் தன் சுடுகதிர்களைப் பரப்பிக் கடுமையாய்க் காய்ந்து கொண்டிருந்தான். திருக்கச்சிநம்பிகள் புறப் பட்டுச் செல்லுகையில், அவர் தம் திருவடியில் அணிந்திருந்த மரவடி (மிதியடி) தரையில் உள்ள வெப்பம் ஏறப்

பெற்று, அவர் திருவடி களை மிகவும் வெதும்பச் செய்தது. திருக்கச்சி நம்பிகள் அந்த வெப்பத்தைத் தாங்க முடியாதவராய் மிகவும் வருந்தினார். பேரருளாளன் அதனை உணர்ந்து, அவ் வெப்பத்தைத் தணித்தருளினான். திருக்கச்சிநம்பிகள் தம்முடைய மடத்தை அடைந்து பிறகு அம் மரவடியை நோக்கினர். அம் மரவடி ஆமையி(கூர்மத்தி)ன் உருவமாகத் தோற்றியது. அவர் உடனே, "எம்பெருமானே, உன்னுடைய திருவுள்ளப்படி அடியேனிடம் நீ செய்வனவற்றைப் பற்றி ஆராய்ந்து துணிய அடியேற்கு என்ன அறிவின் வன்மை உளது? எம் இறை வனே,

தாம்பாலாப் புண்டாலும் அத்தழும்பு தானிளகப்
பாம்பாலாப் புண்டுபா டுற்றாலும் – சோம்பாதிப்
பல்லுருவை எல்லாம் படர்வித்த வித்தாஉன்
தொல்லுருவை யாரறிவார் சொல்லு ?

என்று கூறிப் பின்னும்,

அழகும் அறிவோமாய் வல்வினையும் தீர்ப்பான்
நிழலும் அடிதாறும் ஆனோம் – சுழலக்
குடங்கள் தலை மீதெடுத்துக் கொண்டாடி அன்றத்
தடங்கலை மேயார் தமக்கு"

என்று சொல்லி மேலும்,

ஒன்றுண்டு செங்கண்மால் யானுரைப்ப துன்னடியார்க்கு
என்செய்வம் என்றே இருத்திநீ – நின்புகழில்
வைகுந்தம் சிந்தையினும் மற்றினிதோ நீயவர்க்கு
வைகுந்தம் என்றருளும் வான்

என்று கூறிப் போற்றி வணங்கி மடத்தில் எழுந்தருளியிருந்தார்.

## மீண்டும் பூவிருந்தவல்லிக்கு

பின்பு ஒருநாள் இரவு பேரருளாளன், திருக்கச்சிநம்பிகளை நோக்கி, "அன்பனே, நீ பிறந்த சிறந்த ஊராகிய பூவிருந்தவல்லிக்கு மறுபடியும் சென்று ஒருநாள் தங்கியிரு. பின் ஒருநாள் நாம் அங்கு வருவோம்" என்று அருளிச் செய்தார். அவருடைய பெற்றோர் கனவில் தோன்றி, "உங்கள் அருமை மைந்தன் நாளை வருவான்; ஊரை அலங்கரித்து வையுங்கள்" என்று கூறி மறைந்தருளினான். திருக்கச்சிநம்பிகள், "அடியேன் பேறு; அங்ஙனமே செல்கின்றேன்" என்று கூறிப் பேரருளா ளனை வணங்கி விடைபெற்றுக் கொண்டு, பூவிருந்தவல்லிக்குச்

செல்லப் புறப்பட்டார். அவ் ஊரின் எல்லையை அடைந்தார். செல்லுதற்கு முன்னதாகவே, அவருடைய பெற்றோர்களும் தமையன் மார்களும் பேரருளாளன் முன்னே தங்கட்குத் திருவாய் மலர்ந்தருளிய படி ஊரை அலங்கரித்தனர். ஆதலின், அவ் ஊரில் உள்ளார் எல்லாரும் திருக்கச்சிநம்பிகளுடைய வரவை அறிந்து, திரளாக எதிர்கொண்டு வந்து பணிந்தனர். அவரை ஊருக்குள் அழைத்துச் சென்று, பலவகை பணி விடைகளைப் புரியலானார்கள். அன்று இரவு கோயில், திருமலை, பெருமாள் கோயில் என்னும் மூன்று திருப்பதிகளில் எழுந்தருளி உள்ள எம்பெருமானார் மூவரும் திருக்கச்சிநம்பிகளுக்கு முன் தோன்றி, அவருக்குச் காட்சியளித்தருளினர். திருக்கச்சிநம்பிகள் அவ் அருளுரு மூன்றையும் சேவித்து,

ஏழை ஏதலன் கீழ்மகன் என்னாது
இரங்கி மற்றவற் கின்னருள் சுரந்து
மாழை மான்மட நோக்கிஉன் தோழி
உம்பி எம்பியென் றொழிந்திலை உகந்து
தோழன் நீஎனக் கிங்கொழி என்ற
சொற்கள் வந்தடி யேன்மனத் திருந்தி –
ஆழிவண்ணநின் அடியிணை அடைந்தேன்
அணிபொ ழிற்திரு வரங்கத்தம் மானே

என்றும்,

சேயன் அணியன் எனசிந் தையுணின்ற
மாயன் மணிவாள் ஒளிவெண் தரளங்கள்
வேய்விண் டுதிர்வேங் கடமா மலைமேய
ஆயன் அடியல் லதுமற் றறியேனே

என்றும்,

என்னெஞ்ச மேயானென் சென்னியான் தானவனை
வன்னெஞ்சங் கீண்ட மணிவண்ணன் – முன்னஞ்சேய்
ஊழியான் ஊழி பெயர்த்தான் உலகேத்தும்
ஆழியான் அத்தியூ ரான்

என்றும் போற்றி வணங்கினார். பிறகு அம் மூன்று திருப்பதிப் பெருமான்களும் அவ்வூரில் உள்ளவர்களுள் எல்லாருடைய கனவிலும் தோன்றிக் காட்சி அளித்து, "நாங்கள் திருக்கச்சிநம்பிகளுக்காக இங்குக் கோயில் கொண்டிருக்கக் கருதி உள்ளோம்; ஆதலால், எங்கள்

மூவருக்கும், திருக்கச்சிநம்பிக்கும் சிலை வடிவம் அமைத் துக் கோயில் கட்டி வைப்பீர்களாக" என்று அருளினார்கள். பின்பு அவ்வூரார்கள் திருக்கச்சிநம்பிகள்பாற் சென்று, அவரை வணங்கித் தங்கள் கனவைக் கூறி, "இத்தொண்டு நிறைவேறுதற்கு உரிய வழியைத் தேவரீர் செய் தருளுதல் வேண்டும்" என்று கூறினர். திருக்கச்சிநம்பிகள் அவர்களை நோக்கி, "அன்புடையீர்,

மலைஆமை மேல்வைத்து வாசுகியைச் சுற்றித்
தலையாமை தானொருகை பற்றி – அலையாமல்
பீறக் கடைந்த பெருமான் திருநாமம்
கூறுவதே

உங்கள் கருத்து முற்று முடிதற்கு உரிய வழியும் ஆகும்" என்று உரைத்து, அவர்களிடம் விடைபெற்றுக் கொண்டு அத்திகிரிக்குச் சென்று விட்டனர்.

அவ் ஊராரும் திருமாலின் திருப்பெயர்களை ஓதிக் கொண்டிருக்கப் பல ஊர்களிலுள்ளவர்களும் அவர்கள் கருத்தை உணர்ந்து, அத் தொண்டுக் காகத் தத்தம்மால் இயன்ற பொருள்களைக் கொணர்ந்து, ஊரில் முதன்மையாய் உள்ளவர்களிடம் சேர்த்தார்கள். அவ்வூரில் உள்ளவர் களும் இயன்ற அளவு தங்கள் பொருளினின்று எடுத்து, மற்ற ஊரார்கள் கொடுத்த பொருள்களோடு கூட்டி அத் தொண்டைச் செய்து முடித்து, ஆண்டுவிழா, நாள்தோறும் வழிபாடு முதலியவற்றைக் குறைவறச் செய்தற்கு உரிய ஏற்பாடுகளையும் செய்து முடித்தார்கள்.

### யாதவப்பிரகாசரின் ஐயம் நீக்குதல்

யாதவப் பிரகாசரின் அன்னையார் பேரருளாளனைப் பல காலும் சேவித்து வந்தமையாலும், அவருக்குத் திருக்கச்சி நம்பிகளுடைய அருள் நோக்கும் இராமானுசரிடத்தில் அன்புடன் உரையாடுதலும் அவருக்கு இருந்ததினாலும், தாம் என்றும் சென்று பேரருளாளனை வணங்கச் செல்லும் முறைப்படி ஒரு நாள் செல்லுகையில், "நம் மைந்தனும் இந்த வைணவ கொள்கையில் ஈடுபடின், நலமாகாதோ?" என்று நினைத்துக் கொண்டே வைய மாளிகைப்படி ஏறலானார். அப்போது அவ் அம்மையாருக்கு "நல்லது நல்லது" என்னும் இடைமொழி (விரிச்சி) கேட்டது. அவ் அம்மையார் பேரருளாளனை வணங்கி விட்டுத் தம் மைந்தர் யாதவப் பிரகாசரிடம் சென்று, தாம் பேரருளாளனை வழிபடச் செல்லுகையில் எண்ணியதையும், அப்போது நன்மொழி கேட்டதையும் கூறினார். அவர் அதற்கு உடன்பட்டு, "என் அன்புக்கு உரிய அன்னை

யீர்! நான் ஒருமை (அத்துவித) மதக் கொள்கையின்படி முடியையும் பூணூலையும் கழித்திருக்கின்றேன். இப்போது முக்கோற்பகவன் ஆவதாயின், அவற்றைத் தரித்தல் வேண்டும். அதற்காக நான், முன்னே பூவலம் வருதல் வேண்டும். இம் முதிர்ந்த வயதில் அஃது என்னால் இயல்வதன்றே?இதற்கு நான் என் செய்வேன்?" என்று கூறி,மனம் தளர்ந்திருந்தார். அன்று இரவு பேரருளாளன், அவர் கனவில் தோன்றி, "அன்பனே, நீ நம்முடைய இராமாநுசனை வலம் பண்ணி, அவன்பால் முக்கோல், துவராடை முதலியன பெற்று முக்கோற் பகவன் ஆகுக" என்று உரைத்தான்.

யாதவப் பிரகாசர் மறுநாள் அதனைத் திருக்கச்சி நம்பிகளிடம் கூறி, "இதனைப் பற்றிப் பேரருளாளனைக் கேட்டருள்க" என்று கூறினார். திருக்கச்சி நம்பிகள், பேரருளாளனுக்குத் தாம் செய்யும் தொண்டைச் செய்து முடித்தபிறகு அப் பெருமாளிடம் யாதவப்பிரகா சர் வினாவைக் கூறினர். பேரருளாளன் திருக்கச்சி நம்பிகளை நோக்கி, "அன்பனே, யாதவப்பிரகாசனுடைய அன்னை அவனை, முக்கோற் பவன் ஆகுக" என்றாள். அவன், "நான், முக்கோற் பகவன் ஆக வேண்டும், ஆனால், நான் கழித்துவிட்ட முடியையும் பூணூலையும் தரித்தல் வேண்டும். அதற்காக நான் பூவலம் பண்ண வேண்டும். முதியவன் ஆகிய என்னால் இப்போது அது இயலாதே? இதற்கு என் செய்வேன்?" என்று மனந்தளர்ந்திருந்தான். நாம் அவன் கனவில் தோன்றி "அன்பனே, நீ நம் இராமாநுசனை வலம் பண்ணி, அவன்பால் துவராடை முதலியன பெற்று முக்கோற் பகவன் ஆகுக" என்ற கூறினோம். அவன் அக் கனவை நம்பாமல் உன்னை நம்பால் அனுப்பினான்" என்றருளினார். திருக்கச்சி நம்பிகள் யாதவப் பிரகாசரிடம் வந்து அதனைக் கூறினார். யாதவப் பிரகாசர் அவரை வணங்கி அவர்பால் விடைபெற்றுச் சென்று பேரருளாளன் அருளைக் கூறி, இராமானுசரை வலம் பண்ணி வணங்கி, அவர் அருள் பெற்று, முக்கோற் பகவராகி, கோவிந்ததாசர் என்னும் திருப்பெயரோடிருந்து "யதிதர்ம சமுச்சயம்" என்னும் நூலை இயற்றினார்.

## திருக்கச்சிநம்பிகள் உறக்கம்

திருக்கச்சி நம்பிகள் ஒருநாள் இரவு திருவால வட்டத் தொண்டு புரிந்து கொண்டிருக்கையில் உடல் தளர்ச்சியினால் அவருக்கு உறக்கம் உண்டாயிற்று. அவர் உடனே கண் விழித்துத் துணுக்குற்று, "என்னே! எம்பெருமானுக்குச் செய்யும் தொண்டுக்கு இடையூறாக இந்த உறக்கம்

உண்டாயிற்றே! இந்த உறக்கத்துக்குக் காரணம் இவ் உடலின் தொடர்பு அன்றோ? இதனைக் கழித்துக் கொள்ளுதல் வேண்டும்" என்று எண்ணிப் பேரருளாளனை நோக்கி, "எம்பெருமானே, நின் தொண்டுக்கு இடையூறாக உறக்கம் முதலியன உண்டா வதற்குக் காரணம் ஆகிய இவ் உடலின் தொடர்பை நீக்கியருள்க" என்று வேண்டினார். பேரருளாளன் திருக்கச்சி நம்பிகளை நோக்கி, "அன்பனே, அவற்றிற்காக நீ சிறிதும் கவலை உறாமல் மகிழ்வுற்றிரு" என்றருளினான்.

"வரதராசாட்டகம்"

மற்றொரு நாள் பேரருளாளன், திருக்கச்சிநம்பிகளுடைய உடம்பின்கண் வயதின் முதிர்ச்சியால் உண்டான தளர்ச்சியைக் கண்டு, அவரை நோக்கி, "அன்பனே! வயதின் முதிர்ச்சியினால் உன் உடலிலே தளர்ச்சி உண்டாய் இருக்கின்றது. எமக்கோ உன்னைப் பிரிந்திருத்தல் கூடாமையாயிருக் கின்றது; ஆதலின், விபீடணனுக்கு அளித்தது போல் உனக்கு மேலும் சில ஆண்டுகள் நீ இவ் உலகில் உறையும்படி ஆயுளை அளிக்கின்றோம். அதனால் உன் உடம்பு தளர்ச்சி நீங்கப் பெற்று, வன்மை உடையதாய் விளங்கும்" என்று அருளினான். திருக்கச்சிநம்பிகள் அதனைக் கேட்டு மிகவும் மனம் பதறிப் பேரருளாளனை நோக்கி,

மாற்ற முளவா கிலும்சொல் லுவன் மக்கள்
தோற்றக் குழிதோற் றுவிப்பாய் கோலென்றின்னம்
ஆற்றங் கரைவாழ் மரம்போல் அஞ்சுகின்றேன்
நாற்றச் சுவையூ றொலியா கியநம்பீ

என்றும்,

காற்றத் திடைப்பட் டகலவர் மனம்போல
ஆற்றத் துளங்கா நிற்பன் ஆழிவலவா

என்றும்

"வெள்ளத் திடைப்பட்ட நரியினம்போலே
உள்ளம் துளங்கா நிற்பன் ஊழிமுதல்வா"

என்றும் கூறிப் போற்றி, "வரதராசாட்டகம்" என்னும் தோத்திர நூலை இயற்றிப் பேரருளாளன் திருவடியில் இட்டுப் பணிந்து கிடந்தார். பேரருளாளன் அதனைக் கண்டு "அன்பனே! அஞ்சற்க; நின் விரைவு முடிவுறும். எழுந்திரு" என்று அருளினான். திருக்கச்சிநம்பிகள் அப்படியே எழுந்து நின்றனர். உடனே அவருக்கு அருச்சகர் நீர்,

சடகோபன் முதலியன அளித்தார். திருக்கச்சிநம்பிகள், அவற்றைப் பெற்று தம் மடத்துக்குச் சென்றருளினார். அவ் ஊரில் உள்ளார் திரள்திரள் ஆகத் திரண்டு வந்து, திருக்கச்சிநம்பிகளை வணங்கலானார்கள். திருக்கச்சிநம்பிகள் அவர்களுக்கு இனிய உரைகளைக் கூறி அவர்களை வாழ்த்தினார். அவர்களும் அவர் திருவடிகளை வணங்கி அவர்பால் விடைபெற்றுச் செல்வாரானார்கள்.

அறிவு ஒழுக்கங்களை உடையவர்கள் ஆகிய சில முதலிகள் திருக்கச்சி நம்பிகளை நோக்கி, "அடியேங்கள் தேவரீரைச் சேவிக்கப் பெற்றது எங்கள் நற்பேறாகும்" என்று கூறினார்கள். திருக்கச்சிநம்பிகள் அவர்களை நோக்கிப், "பெரியோர்களே நீங்கள், பொருள் அல்லாத என்னைப் பொருள் ஆக்கி இந்நிலையில் அடியேன்பால் எழுந்தருளுதல் தக்கதோ?" என்று கூறியருளினார். அம் முதலிகள் திருக்கச்சி நம்பிகளை நோக்கி, "பேரருளாளனும், பெருந்தேவித் தாயாரும் குடிபுகுந்து அகலகில்லோம் இறையும் என்று இனிது உறையும் திருவுள்ளத்தை உடைய தேவரீர், இவ்வாறு அருளிச் செய்தல் தகுமோ? இன்று தேவரீரை அடியோங்கள் சேவிக்கப் பெற்றது அடியோங்களுடைய பெரும் பேறு" என்று கூறி, வணங்கினார்கள். திருக்கச்சிநம்பிகளும் அவர்களை வணங்கி, "எம்பெருமான் திருவருளுக்கு உறையுள் ஆகிய பெரியீர்காள்! இங்ஙனம் பேரருளாளன் திருவருளையும் பெருந்தேவித் தாயார் திருவருளையும் அடியேன் பெறுதற்குக் காரணம் ஆனது ஆளவந்தாருடைய திருவடியின் நாடகமே ஆகும்" என்று கூறிச் சில நாள்கள் மடத்தில் எழுந்தருளி இருந்து உலகை வாழ்வித்தருளினார். இவர் தோன்றிய நாள் மாசித் திங்கள் மிருகசீரிடம் நாள் வளர்பிறை தசமி திதி.

மருவாரும் திருவல்லி வாழவந்தோன் வாழியே
மாசிமிரு கசீரிடத்தில் வந்துதித்தோன் வாழியே
அருளாள னுடன் மொழிசொல் அதிசயத்தோன் வாழியே
ஆறுமொழி பூதூரற் களித்தபிரான் வாழியவே
திருவால வட்டமெனும் செம்பணியோன் வாழியவே
தேவரா சாட்டகத்தைச் செப்புபிரான் வாழியவே
தெருளாரும் ஆளவந்தார் திருவடியோன் வாழியவே
திருக்கச்சி நம்பியிரு திருவடிகள் வாழியவே."

## 3. மாறனேர் நம்பிகள்

ஆலமரத்தை அடக்கிய வித்தென
ஞாலம் அனைத்தை நடத்தும் மூலன்
பிறவி அறுத்தானே மாறனேர் நம்பிக்கு
உறவி நமக்கும் உறவு.

ஆளவந்தார் தம் திருவடித்தொடர்பு உடையவர்களாகிய முதலிகளுடன் மண்டலத்தில் உள்ள சில திருப்பதிகளுக்குச் சென்றார். அடங்கலும் ஆள்பவனைப் போற்றி வணங்கித் திரும்பிப் பராங்கதம் என்னும் ஊரின் அருகில் வருகையில் ஒரு வயலில் ஒருவரைக் கண்டு அவரை உற்று நோக்கினார். அவர் அப்போது வயலில் உள்ள மண்ணை எடுத்து, அதனைக் கொழித்து, அடியில் எஞ்சி நிற்கும் மண்ணை உண்பராயினர். ஆளவந்தார். அதனைக் கண்டு, வியப்புற்று, முதலிகளுடன் அவர் அருகிற் சென்று அவரை நோக்கி, "அன்புடையீர், நீர் யாது செய்கின்றீர்?" என்று கேட்டார். அவர் "நாம் மண்ணுக்கு மண்ணை இடுகின்றேன்" என்று கூறினர்.

ஆளவந்தார். அதனைக் கேட்டு, அவரை நோக்கி, "நீர் எங்களுடன் வருகின்றீரா?" என்று கேட்டார். அவர், "நான் தீண்டாதவன்" என்றார். ஆளவந்தார் அவரை நோக்கி, "அன்புடையீர், இக்குழுவில்

உள்ளவர்கள் யாவரும் பண்டைக் குலத்தைத் தவிர்த்துத் தொண்டக் குலத்தராய் உள்ளவர்கள் ஆவார்கள். இங்குள்ளவர்களுள் உம்மைத் தீண்டாதவராக நினைப்பவர் ஒருவரும் இல்லை; உம்மால் தீண்டப் படக்கூடாத வரும் இல்லை" என்று கூறினார். உடனே அவர் எழுந்து, ஆளவந்தாரை வணங்கி நின்று, அவரை நோக்கி, "மெய்ஞ் ஞானச் செல்வரே! அடியேன் உம்முடைய உடைமை; தேவரீர் செய்து கொள்ளுவன செய்து கொண்டருள்க" என்றார்.

ஆளவந்தார் அவரைத் தழுவிக் கொண்டு, தம்மோடு அழைத்துச் சென்று, அவர் தோள்களிற் சங்கு சக்கர இலச்சினை இட்டு நெற்றியில் திருமண் தரித்து, திருமந்திரத்தை ஓதி மாறனேர் நம்பிகள், (இந் நம்பிகள் நம்மாழ்வாரைப்போல் உலக இயற்கைக்கு மாறானவராய் இருந்தமையால் இவருக்கு மாறனேர் நம்பி என்று ஆளவந்தார் திருப்பெயர் இட்டார்) என்னும் திருப்பெயர் இட்டுத் திருவரங்கநா தனை வழிபடல் ஆகிய வேள்வியை அவருக்கு ஏற்படுத்தினார். மாறனேர் நம்பிகள், ஆளவந்தாரிடத்தில் மிக்க அன்புடையவராய்த் திருவரங்கநாதனுடைய ஆராத காதல் அடியவராய் விளங்கினார். அதனால், திருவரங்கநாதன் மாறனேர் நம்பிகள் கருதுவனவற்றை எல்லாம் செய்தருள்வான் ஆயினான்.

## ஆளவந்தாரின் அரசப்பிளவை
## திரு அரங்கநாதன் போக்குதல்

திடீரென ஆளவந்தாருக்கு அரசப்பிளவை உண்டாக அதனால் எய்தும் துன்பத்தை அவர் சிலநாள்கள் பொறுத்துக் கொண்டிருந்து, ஒருநாள் முதலிகளை நோக்கி, "இனி இந்த வைணவ சமயத்தைப் பேணி வருதற்கு உரியார் யாவர்?" என்று கேட்டார். அங்கிருந்தவர்கள், யாவரும் மறுமொழி கூறாமல் இருந்தார்கள். அவர்களுள் ஒருவர் ஆகிய மாறனேர் நம்பிகள், "இக்கட்டியால் இவர் உயிருக்குத் தீங்கு யாதேனும் நேருமோ? என்று எண்ணி, அழகிய மணவாளன் திருமுன் சென்று, எம்பெருமானே, ஆளவந்தாருக்கு உண்டாயுள்ள அரசப் பிளவைக் கட்டியைப் போக்கியருளுதல் வேண்டும்" என்று வேண்டிக் கொண்டார். அதனால், திரு அரங்கநாதன் ஆளவந்தாருக்கு உண்டான அந்த அரசப்பிளவைக் கட்டியைப் போக்கியருளினான்.

## ஆளவந்தாருக்கு ஐயத்தை நீக்குதல்

ஒருநாள் ஆளவந்தார், மாறனேர் நம்பிகளை நோக்கி, "அன்புடையீர், நமக்கு உண்டான அரசப்பிளவையை நீர் அழகிய மணவாளனை வேண்டிப் போக்கினீர். அதனால், அந்நோயின் எச்சத்தை நுகர்தற் பொருட்டு நாம் மீண்டும் இஞ்ஞாலத்திற் பிறவி எய்த வேண்டி வருமோ? என்பதனை அழகிய மணவாளனைக் கேட்டு, அறிந்து வந்து கூறுவீராக" என்று கூறினார். மாறனேர் நம்பிகள் "அடியேன் பேறு" என்று கூறி ஆளவந்தார் திருவடிகளை வணங்கி, அழகிய மண வாளனைப் பணிந்து போற்றி நின்று, ஆளவந்தாருடைய வினாவை அப் பெருமானுக்கு விண்ணப்பித்தார். அப் பெருமான், சிலை வடிவின் நிலையைக் கடந்து, "அன்பனே, ஆளவந்தானுக்கு இனி இவ்வுலகில் பிறவி எய்தாது. அன்றியும் இப் பிறப்பினும் அவ் அரும்புலச் செல்வனுக்கு இனி அந்நோய் உண்டாகாது" என்று திருவாய் மலர்ந்தருளினான். மாறனேர் நம்பிகள், அவற்றைக் கேட்டு, மகிழ்வு எய்தி, அப்பெருமானை வணங்கி விடைபெற்றுக் கொண்டு, ஆளவந்தாரிடம் சென்று, அவரை வணங்கி நோக்கி, "அடிகாள், தேவரீருக்கு இனி இவ் உலகில் பிறவி எய்தாது; அன்றியும் இத் திருமேனியினும் இனி அந்நோய் உண்டாகாது என்றும் அழகிய மணவாளன் அருளினான்" என்று கூறினார்.

ஆளவந்தார் அவருடைய அந்த மொழிகளைக் கேட்டு, மகிழ்ந்து பெரியநம்பிகளை நோக்கி, "அன்புடையீர், நீர் இவருக்கு உம்மால் இயன்ற எல்லாவிதத் தொண்டுகளையும் செய்துவருவீர்" என்று கூறியருளினார். பெரிய நம்பிகள் "அடியேன் பேறு" என்று கூறி, ஆளவந்தாரைப் பணிந்து நின்று, அவரை நோக்கித், "தேவரீர் அடியேனுக்குப் பிறவிப்பிணியைப் போக்கும் சிறந்ததொரு மருந்தை அளித்தருளினீர். அடியேன் உய்ந்தேன் உய்ந்தேன்" என்று மகிழ்ந்து கூறினார்.

## மாறனேர் நம்பிகள் திருநாடு அலங்கரித்தல்

மாறனேர் நம்பிகள், ஒரு நாள் அழகிய மணவாளனை வணங்கி, "எம்பெருமானே, அடியேனுக்குத் திருநாட்டில் நீர் மலர்ப்பிராட்டி யார், நிலப்பிராட்டியார், நீளாதேவியார் என்னும் மூவர்களுடன் இருள் இரியச் சுடர்மணிகள் இமைக்கும் நெற்றி, இனத்துத்தி அணிபணம்

ஆயிரங்கள் ஆர்ந்த அரவு அரசப் பெருஞ்சோதி அனந்தன் என்னும், அணிவிளங்கும் உயர்வெள்ளை அணையை மேவி, எழுந்தருளி இருக்கும் செவ்விய கோலத்தைச் சேவித்துக் களிகூறும் பேற்றை அருளுதல் வேண்டும்" என்று வேண்டினார்.

அப்போது பெரியநம்பிகள், மாறனேர்நம்பிகளுக்கு வேண்டுவன புரிய அவர்பால் வந்து அவரை வணங்கினர். மாறனேர்நம்பிகளும், பெரிய நம்பிகளை வணங்கி, "அன்புடையீர், அடியேன் ஆளவந்தார் திருவருளும், அழகியமணவாளன் திருவருளும் வாய்க்கப் பெற்றேன். ஆளவந்தார் அவ் இரண்டினும் சிறந்ததும், வீடுபேற்றிற்குக் கொள் கொம்பானதும் ஆகிய பாகவதர் திருவருளையும் அடியேன் பெறும் பொருட்டு அடியேனைத் தேவரீருடைய பாதுகாப்பில் வைத்தருளினார். அடியேனுக்கு தேவரீர் திருவருளால் இப்போது வீடுபேறு கிடைக்கும் என்று தோன்றுகின்றது" என்று கூறிப் பெரியநம்பிகளைக் கைகூப்பி வணங்கிப், பின் ஆளவந்தாரையும் அழகிய மணவாளனையும் திருவுள்ளத்திற்கொண்டு, போற்றிக் கொண்டே திருநாட்டை அலங்கரித் தனர். பெரிய நம்பிகள், "அந்தோ! ஆளவந்தார் அடியேனுக்கு அருளிய தொண்டை இன்று இழந்து விட்டேனே!" என்று கூறிப் புலம்பினார். அவர் கண்களினின்று அருவி என நீர் பெருகியது. பிறர் தேற்றப் பெரியநம்பிகள் தெளிந்து, மாறனேர் நம்பிகளை முறைப்படி திருப்பள்ளிப்படுத்தற்கு உரிய ஏற்பாடுகளைச் செய்து முடித்தார்.

ஒருபால் எழுந்த தமிழ்மறை ஓசை வானை அளாவியது. மற்றொருபுறம் எழுந்த வடமொழி மறையின் ஒலி கடல் ஒலியை அடக்கிற்று, கொம்புகள் ஊதப் பெற்றன. சங்குகள் ஒலித்தன. முதலிகள் திரள் திரளாகச் சூழ்ந்தனர். சிலர் "ஆளவந்தார் திருவருள் இன்று திருநாட்டில் எழுந்தருளியிருக்கும் நித்திய முத்தர்களுக்கு ஒரு விருந்தினரை அளித்திட்டது" என்று கூறி ஆரவாரித்தனர். சிலர் மெய்ஞ்ஞானச்செல்வர் ஆகிய மாறனேர்நம்பிகளுடைய புகழ் பொலிந்து விளங்கி ஞாலத்தை தூய்மைச் செய்வதாக" என்று உவகை மிக உரைத்தார்கள். சிலர், பெரிய நம்பிகளுடைய தூய்மையாகிய அன்பின் மேன்மை விண்ணுலகினும், மண்ணுலகினும் பொலிந்து விளங்கி, யாவர் மனத்தையும் தெளிவுறச் செய்வதாக" என்று பேரன்பு தங்கள் மனத்தில் ததும்பிப் பொலியக் கூறினார்கள். பெரிய நம்பிகள் தாமே இறுதிச் சடங்குகளைச் செய்து, மாறனேர் நம்பிகளை முறைப்படி திருப்பள்ளிப்படுத்தினர்.

மாறனேர் நம்பிகள் பிறந்த மாதம் நாள் ஆனித் திங்கள் ஆயில்யம்.

ஆனிதனில் ஆயிலியம் அவதரித்தான் வாழியே
ஆளவந்தார் திருவடிகள் ஆசரயித்தோன்
மாநிலம் எதிராசர்மனம் வாழ்வித்தோன் வாழியே
மதினரங்க நகரமதில் வாழ்ந்தருள்வோன் வாழியே
தேனமரும் தென்மொழிகள் சிறப்பறிந்தோன் வாழியே
திகழ்ஞான பக்திகளால் சேர்ந்திருப்போன் வாழியே
வானவரில் பொருவரிங்கு மகிழ்ந்து வந்தோன் வாழியே
மாறனேரி நம்பியிணை மலரடிகள் வாழியே!

## 4. பிள்ளை உறங்கா வில்லிதாசர்

பருதியே! அண்டம் படைத்துவந்து காத்துக்
கருதியே எங்கும் கலக்கும் உறுதியே
என்றரு ளாளனை வில்லிதாசர் ஏத்தினார்
நின்றதருள் நீள்நிலத்தே!

காவேரி ஆறு பாயப் பெற்ற சோழநாட்டின் தலைநகரங்களுட் சிறந்தன இரண்டு. அவை காவிரிப்பூம்பட்டினமும், உறையூரும் ஆகும். அவற்றுள் உறையூர், திருமகள் ஒரு சோழவேந்தனின் அருமைச் செல்வி யாகச் செந்தாமரை மலரில் அவதரித்து, அம் மன்னனும் அவன் கோப் பெருந்தேவியும் தங்கள் கண்மணி என வளர்க்க வளர்ந்து, திருவரங்க நாதனை மணந்த பதி ஆகும். அடுத்து, அன்பினுருவாய் விளங்கி, இன்னிசையால் திருவரங்கநாதனைப் பாடி, முனிவர் திருத்தோளில் இவர்ந்து சென்று, திருவரங்கநாதனைப் பாதாதி கேசமாகச் சேவித்து, "அமலன் ஆதிபிரான்" என்னும் திருமொழியைப் பாடியருளிய திருப்பாண் ஆழ்வார் அவதரித்த ஊர் ஆகும்.

### பிள்ளை உறங்கா வில்லியார்

அத் தலைநகரிலிருந்து அறம் பிறழாமல் அகளங்கன் என்னும் அரசன் அரசாண்டுவரும் நாளில் பிள்ளைவில்லியார், வண்டவில்லி, செண்ட

வில்லி என்னும் பெயர்களை உடையவர்கள் ஆகிய மூவர் இருந்தார்கள். அவர்கள், மறக்குடியில் தோன்றியவர்கள். அவர்களும் வண்டவில்லியும், செண்டவில்லியும் பிள்ளை வில்லியாருடைய மருகர்கள். அவர்கள், தங்கள் மாமனார் ஆகிய பிள்ளைவில்லியாரிடம் பேரன்பு உடையவர்கள். அவருக்கு உண்டாகும் நன்மைகளைத் தங்களுக்கு வந்தன வாகவே கருதும் இயல்புடையவர்கள். பிள்ளை வில்லியாரும் அவர்கள்பால் ஒப்பற்ற அன்புடையவராய் இருந்தார்.

அம்மூவரும் திண்ணிய தோளர்; எண்ணரும் ஆற்றலர். எப்பொழுதும் சுரிகையையும் வாளையும் இடையில் உள்ள கச்சிற் கொண்டு, நீலப்பீலியைத் தலையில் அணிந்து, வில்லையும் அம்பையும் கையில் ஏந்திக், காட்டிலே திரிந்து வேட்டை ஆடுவார்கள். புலிகளும் அவர்களைக் காணின், அஞ்சி ஓடிப் புதர்களிற் சென்று பதுங்கிக் கொள்ளும் யானைகளும் அரிமாவைக் கண்டால் என அஞ்சியோடும். அவர்கள் அத்தகைய வன்மையும் வீரமும் வாய்ந்த வர்களாய், நற்குணமும் அமைந்தவர்களாய் விளங்கினார்கள்.

அவர்களுடைய வீர மேம்பாடு அறிந்த அகளங்கன் மன்னன் அவர்களைத் தன் அரண்மனை வாயிற் காவலர்களாக ஏற்படுத்தினான். அவ்வேந்தன் அவர்களுடைய நல்லொழுக்கங்களையும், குன்றாத ஊக்கத்தையும் கண்டு, அவர்களைத் தன் மெய்க்காப்பாளர்களாக ஏற்றுக்கொண்டு, அவர்களுள் ஒவ்வொருவருக்கும் மாதம் ஆயிரம் பொன் சம்பளமாக அளித்துச் சிறப்பித்தான். அவர்களுள் பிள்ளைவில்லி என்பவர் சிறிதும் கண்ணுறங்காமலிருந்து அரசனைப் பாதுகாத்து வந்தார். அவ்வேந்தர் அவரது அச்சோர்வற்ற தன்மையை அறிந்து, அவருக்குப் "பிள்ளை உறங்காவில்லி" என்னும் சிறப்புப் பெயரை அளித்தான். அவரைத் தன் மெய்க்காப்பாளர்களுக்குத் தலைவராக ஏற்படுத்திச் சிறப்பித்தான். மேலும் அம் மூவருக்கும் உறையூரை அடுத்த வெள்ளறை என்னும் பதியிற் சிறந்ததொரு மாளிகையை அமைத்துத் தந்தான்.

## பொன்னாச்சியார்

அம் மறக்குடியில் ஒரு பெறலரும் பொற்கொடியார் தோன்றி விளங்கினார். அச் செல்வியார், புறத்து எழிலோடு அகத்து எழில் ஆகிய நற்குணங்களும் ஒருங்கு அமையப் பெற்றவர். அந் நங்கையாருக்குக் கங்கையிற் புனிதமாகிய காவேரியாற்றின் பெயர்களுள் ஒன்றாகிய

"பொன்னி" என்னும் திருப்பெயரிடப்பட்டது. அத்தகைய அருமருந் தன்ன அந் நங்கையார், அம் மறக்குடியில் தோன்றினமை, "நல்லார் எக்குடியினும் தோன்றுவர்" என்னும் மூதுரையை உறுதிப்படுத்த வந்த தோற்றமே என்று யாவரும் கருதும்படி செய்தது.

வேந்தன் அகளங்கன் தன் அன்புக்கு உரியவர் ஆகிய பிள்ளை உறங்காவில்லியாருக்குத் திருமணம் புரிவிக்கக் கருதினான். ஆயினும், "இவர்கள் குடியில் அவ் அருங்குணச் செல்வனுக்கு ஏற்றமாது நல்லாள் கிடைப்பளோ?" என்னும் ஐயம் கொண்டிருந்தான். அம் மன்னர்பிரான் கருத்தையும், அம் மாதரசியாரையும் அறிந்தவர் ஆகிய சில சான் றோர்கள் அவ்வேந்தனிடம் வந்து, "வேந்தரே! தங்களுடைய செங்கோல் நீடு வாழ்க. தாங்கள் சிறந்ததொரு அணியில் பதித்தற்கேற்ற சிறந்த மணி கிடைக்குமோ? என்று கருதியிருக்கின்றீர்கள். அத்தகைய மணி ஒன்றை நாங்கள் கண்டறிந்து வந்துள்ளோம். தங்கள்பால் உள்ள அவ் அணியை யும் அம் மணியையும் காண்பவர்கள், "அணி சிறந்ததோ? இம் மணி சிறந்ததோ? என்று ஒன்றையும் துணிந்து கூற முடியாமல் திகைப் பார்கள்" என்று கூறினார்கள். அம் மன்னன் மகிழ்வுற்று, அச் சான்றோர் களைப் பலவகையாகப் போற்றி அவர்களை நோக்கி, "அரும்புலச் செல்வர்களே! நம்பால் உள்ள அணியில் அம் மணியைக் கொணர்ந்து பதித்தற்கு உரியனவற்றைத் தாங்களே செய்தருளல் வேண்டும்" என்று கூறினான்.

அச் சான்றோர்களும், அதற்கு உடம்பட்டு, அந் நங்கையாருடைய பெற்றோர்களிடம் சென்று கூறினார்கள். அவர்கள் அதனை அந் நங்கை யாருக்குக் கூறினார்கள். அந் நங்கையார், பிள்ளை உறங்கா வில்லி யாரைப் பற்றி முன்னமே கேள்வியுற்றிருந்தார். ஆதலின், தம்முடைய ஒப்புதலைத் தம்முடைய தோழியர்கள் மூலமாகத் தம்முடைய பெற்றோருக்குத் தெரிவித்தார். பிறகு உறையூரிலேயே திருமணம் நடத்தற்கு உரிய ஏற்பாடும் செய்யப்பட்டன. அந்நங்கையாருடைய எழிலுக்கும், பிள்ளை உறங்காவில்லியாருடைய வீரச் சிறப்பிற்கும் ஏற்றபடி பல்லியங்கள் முழங்க, மங்கலப் பெண்கள் மங்கலப் பாடல்கள் பாடச், சான்றோர்கள் வாழ்த்த, மணச் சடங்குகள் நன்கு செய்து முடிக்கப் பெற்றன. பின்பு மணமக்கள் ஓருயிர்க்கு அமைந்த ஈருடல் என மனங்கலந்த அன்பினராய் விளங்கி, அறம்பல புரிந்து இல்லறத்தை மேன்மையுற நடத்தி வந்தனர்.

அந் நங்கையாருடைய எழில் விழிகள், பிள்ளை உறங்கா வில்லியாருடைய உள்ளத்தை முற்றும் கவர்ந்துவிட்டது. அதனால் அவர் ஒருகணப் பொழுதும் அந் நங்கையாரைப் பிரியவில்லை. அதனால் கடன்களை முடித்துக் கொண்டு, வெள்ளறையினின்று உறையூருக்கு அம் மன்னர்பிரானுக்குச் சேவை புரியச் செல்கையில் அந் நங்கையாரையும் உடன் அழைத்துச் சென்று, தக்கதோர் இடத்தில் அவரை இருத்தி, அவ் வேந்தனுடைய சேவையை முடித்துக் கொண்டு, மீண்டும் வெள்ளறைக்குச் செல்கையில் அந் நங்கையாரைத் தம்முடன் அழைத்துக் கொண்டு செல்வார். இங்ஙனம் பல நாள்கள் நடந்து வந்தன. ஒருநாள் பிள்ளை உறங்கா வில்லியார், அவ்வேந்தன் சேவையைச் செய்து முடித்து, அச் சீரெழிற் செல்வியாருடன் வெள்ளறைக்குச் செல்லப் புறப்பட்டார். அக் காலம் இளவேனிற் காலம். அப்போது திருவரங்கநாதனுக்கு வேனில் திருவிழா நடந்து கொண்டிருந்தது. அத் திருவிழாவில் காவேரிக் கரையின் ஓரிடத்தில் இடப்பட்ட பந்தலின் கீழ் திருவரங்கநாதன், திருவரங்க நாயகியாருடன் எழுந்தருளி இருந்தான். இராமானுசர் தம்பால் உள்ள முதலிகளுடன் சென்று, காவேரியில் நீராடித் திருமண்ணும், திருச்சூரணமும் அணிந்து, கமலமணி மாலைகளையும், துளசிமணி மாலைகளையும் தரித்துக் கொண்டு, திருவரங்க நாதனையும், திருவரங்க நாயகியாரையும் தொழுது அங்குத் தங்கியிருந்தார். தம் இல்லக் கிழத்தி பொன்னியோடு புறப்பட்ட பிள்ளை உறங்கா வில்லியார், காவேரியாற்றின் கரையை அடைந்தார்.

அப்போது ஞாயிறு தன் செங்கதிர்களைப் பரப்பித் தன் முழு வன்மை யையும் காட்டிக் கொண்டிருந்தான். பிள்ளை உறங்கா வில்லியார், ஆற்றைக் கடந்தே மறுகரைக்குச் செல்ல வேண்டும். அம் மெல்லியல் நங்கையாருடன் ஆற்றில் இறங்கிச் சென்றார். அவ் ஆற்றில் நீர்ப் பெருக்கு அற்றதனால், மணல் தன்பால் நடப்பவர்களுடைய அடியை நெருப்பெனச் சுடும் தன்மையைக் கொண்டிருந்தது. அந் நங்கையாரு டைய மென்மை வாய்ந்த அடிகள், அம் மணலின் வெம்மையைப் பொறுக்கலாற்றாது அச் செல்வியார் பெரிதுந் தவித்தார். அதனைக் கண்ட பிள்ளை உறங்கா வில்லியாருடைய மனம் மிகப் பதறியது. அம் மணல் அந் நங்கையாருடைய கால்களைச் சுடுவதைத் தம் கண்களைச் சுடுவதாகவே கருதினார். உடனே உயர்ந்த பட்டாலான தம்

மேலாடையை நடை பாவாடையாகப் பரப்பி, அதன்மேல் அம் மெல்லியாரை நடக்கச் சொல்லி, செங்கதிர்கள் வருத்தாதபடி குடையை விரித்துப் பிடித்துக் கொண்டு, அச் செல்வியாரை மெல்ல நடத்திச் செல்லலாயினார்.

அப்போது, மறுகரையில் வந்திருந்த சில வைணவர்கள் அதனைக் கண்டு, வியப்புற்றுச் சென்று, இராமானுச முனிவர்க்கு அச்செய்தியைக் கூறினார்கள். அவரும் அங்கு வந்து அதனைக் கண்டு வியப் புற்று," என்னே! இவர்களுடைய அன்பின் தன்மை! இது தெய்வீகப் பேரன்பாகவே தோன்றுகின்றது. இவர்கள் அந்த அன்பின் ஒரு சிறு பகுதியை எம்பெருமான்பாற் செலுத்தின், ஒன்றாலும் துன்புறாத பேரின்ப வீட்டை எய்துவார்கள் அல்லவோ" என்று எண்ணி அவர் களைத் தம்பால் அழைத்து வரும்படி சிலரை அனுப்பினார். அவர் களும் அவ்வாறே சென்று அவர்களை அழைத்து வந்தார்கள். அவர்களும் வந்தவுடன் இராமானுசரை வணங்கி நின்றார்கள். இராமானுசர் அவர்களை வாழ்த்தி, அவர்களுட் பிள்ளை உறங்கா வில்லியாரை நோக்கி, "அன்புடையீர்! நீர் இருப்பது எந்த ஊர்? உமது தொழில் யாது? உம்முடைய பெயர் என்ன? உம்முடைய குலம் யாது?" என்று கேட்க, வில்லியாரும், "பெரியீர், அடியேன் உறையும் ஊர் வெள்ளறை; அடியேன் தொழில் உறையூர் வேந்தர் ஆகிய அகளங் கருடைய மெய்க்காப்புத் தொழிலாகும்; அடியேன் மறக்குடியிற் பிறந்தவன்; அடியேன் பெயர் பிள்ளை உறங்கா வில்லி என்பது" என்று பதில் உரைத்தார். இளையாழ்வார், "நன்று அன்பரே, இந்த அம்மையார் யார்?" என, வில்லியார் "இவள் என் அருமை மனைவி" என்றார்.

இராமானுசர் "அங்ஙனமாயின் உம்முடைய மேலாடையைத் தரையில் விரித்து இட்டு, இவரை இங்ஙனம் நடத்திச் செல்லக் காரணம் என்ன?" என்று கேட்டார். பிள்ளை உறங்கா வில்லியார், "அன்புடைய பெரியீர், இவள் மென்மையான இயல்பு உடையாள். இவளுடைய அடிகள் மென்மை ஆனவை. அத்தகைய இவள், விருப்பத்திற்கு இணங்கி என்னுடன் நாள்தோறும் வரலானாள். இவள் மிக மெல்லியலாள் ஆதலின், செங்கதிர்களால் மிகக் கொதிப்பேறி உள்ள இந்த மணலில் நடக்கமாட்டாமல் பெரிதும் வருந்தினாள். ஆதலின் அங்ஙனம் மேலாடையை இவள் நடந்து வருவதற்காக விரித்து இட்டு நடத்தி

வரலானேன். இதில் வியப்பு என்ன?" என்றார். இராமானுசர், "இதில் வியப்பு ஒன்றும் இல்லை. இவ் அம்மையார், புறத்து எழிலோடு அகத்து எழில் ஆகிய நற்குணங்களும் வாய்க்கப் பெற்றவர் என்பதை அவருடைய முகப்பொலிவே நன்கு விளக்குகின்றது. வன்மையைக் கொண்ட உடலினர் ஆகிய மடவாரும் இம் மணலில் நடக்க நேரின் பெரிதும் வருந்துவர் எனின், மிக மெல்லியலார் ஆகிய இவரால் எங்ஙனம் கொடுமணலில் நடத்தல் முடியும்? இங்ஙனம் மெல்லிய லாரை நடத்தி வருதற்கு வேறு யாதேனும் இன்றியமையாதக் காரணம் இருக்குமோ? என்று எண்ணி வினவினேன். அன்பரே, மெல்லியலார் இல்லத்தில் வருத்தம் இன்றி இருக்க, ஆடவர் வெளியிற்சென்று தத்தம் தொழிலைச் செய்து வருதலன்றோ இயல்பு? அங்ஙனம் இருக்க அம்மையார் வருந்தும்படி இவரை நீர் உடன் அழைத்துச் செல்வதற்குக் காரணம் யாது?" என்றார்.

பிள்ளை உறங்கா வில்லியார், "அருங்குணப் பெரியீர், தாங்கள் கூறியன உண்மையே. ஆயினும், என் ஆருயிர் அனைய இவளுடைய எழில் விழிகள் என் மனத்தை முற்றும் கவர்ந்துவிட்டன. ஆதலின், சிறுபோதும் இவளை விட்டுப் பிரிய என் மனம் ஒப்புவதில்லை. ஆதலால், நாள்தோறும் இவளை என்னுடன் அழைத்துச் செல்லலானேன்" என்றார். இராமானுசர் நகைத்து, "அன்புடையீர், இவ் அம்மையாரு டைய எழில் விழிகள் உம்முடைய மனத்தை முற்றும் கவர்ந்து விட்டன என்று கூறினீர். மக்கள் உடல் என்றும் ஒரே நிலையில் நிற்பது அன்று. ஆண்டுகள் செல்லச் செல்ல முதுமைப் பருவம் என்னும் கொடுங் கோலன் இந்த உடல் ஆகிய நகரைக் கைப்பற்றிக் கொண்டு தன் ஆட்சியைச் செலுத்துவான். அப்போது, இந்த உடல் ஆகிய நகரம் கொடிய நரகமாய் விளங்கும். அக்காலத்தில் இவ்வுடல் முதுமை நிலையை எய்தும். அத்தகைய பருவத்தை இவ் அம்மையாரும் நீரும் எய்தும் போது இந்த ஆர்வம் இருத்தல் கூடுமோ? நீங்கள் நற்குணம் உடையீர்! ஆதலின் நீங்கள் இருவரும் அப்போதும் ஒருவரை விட்டு ஒருவர் பிரியாமல் இருக்கலாம். ஆயினும், இந்த ஆர்வம் அப்போது இருத்தல் அருமையே. பிணி என்பது, அம் மூப்புப் பருவத்தோடு மிக்க உறவு உடையது ஆகும். அத்தகைய பிணி மூப்புகள் இன்றி, என்றும் ஒரே தன்மையராய் விளங்கும் இருவர் உளர். அவர்களுடைய விழிகள் அழகுக்கு ஒப்பான அழகை மற்றொருவருடைய விழிகளினும்

காணுதல் அரிது. அவர்களுள் ஒருவர் உலகின் அன்னையார், ஒருவர் உலகின் அப்பனார். அவர்களால் நோக்கப்பெறும் பேற்றை எவர்கள் பெறுகின்றார்களோ அவர்கள் என்றும் அழியாத பேரின்ப நிலையை எய்துவார்கள். என்னுடன் வருவீர்களாயின், அவர்களை உங்கட்குக் காட்டுகின்றேன். என்னுடன் வருகின்றீர்களோ?" என்றார்.

இராமானுசர் மொழிகளைக் கேட்ட அவ் இருவரும், அறியாமை என்னும் பேரிருள் நீங்கப் பெற்றனர். முன்னே தாங்கள் சேமநிதியைப் புதைத்து வைத்த இடத்தை மறந்தவர் அறிந்தாற்போல மகிழ்வுற்று, இராமானுசரை நோக்கி, "எங்கள் அருமைக் குரவரே! அவ்வாறே தேவரீருடன் வருகின்றோம். அடியேங்களுக்கு அவர்களைக் காட்டி யருளுங்கள்" என்றனர். இராமானுசர் சரி, "அன்புடையீர், நல்லது வருவீர்" என்று அவர்களைத் தம்முடன் அழைத்துச் சென்று, காவேரிக் கரையில் இடப்பட்டுள்ள பந்தலின் கீழ் இளவேனில் விழாவின் பொருட்டு எழுந்தருளியுள்ள திருவரங்க நாதனையும், திருவரங்க நாயகியாரையும் சேவிக்கச் செய்தனர்.

திருவரங்கநாதனும், திருவரங்க நாயகியாரும் பிள்ளை உறங்கா வில்லியாருக்கும், பொன்னியாருக்கும் எழில் மாயோன் உருவினுடைய காட்சி அருளினார். பிள்ளை உறங்கா வில்லியாரும், பொன்னியாரும் அவர்களை வணங்கி அவ் உருவிலேயே தங்கள் மனமும் கண்களும் சென்று பொருந்தத் தங்களை மறந்து நின்றார்கள். அவர்கள் தங்கள் அழிவில்லாத பேரின்ப வீட்டிலே இருப்பதாகவே எண்ணினார்கள். அவ் இருவரும் தங்களை நெடுநாள்கள் பிரிந்திருந்த பெற்றோர்களைக் கண்ட இளம் பிள்ளைகளைப் போல அவர்களையே நோக்கிக் கொண்டிருந்தார்கள். திருவரங்க நாதனும், திருவரங்க நாயகியாரும் அக் காட்சி உருவினை மறைத்தருளி, மீண்டும் சிற்ப உருவைக் கொண்டு எழுந்தருளி இருந்தார்கள். அவ் உருவிலும் அவர்கள் மனம் சென்று படிந்து நின்றது. பிறகு அவர்கள் அவ் உருவங்களை நன்கு வணங்கி அவற்றைத் தங்கள் மனத்தில் நன்கு அமைத்துக் கொண்டு, பிறகு இராமானுசரை வணங்கி நின்றார்கள். இராமானுசர் அவர்களை அன்போடு, நோக்கி, அவர்கள் தோள்களிலே சங்கு சக்கர இலச்சினை இட்டு, நெற்றியிலே திருமண் தரித்துத் திருமந்திரத்தை ஓதித், திருவரங்க நாதனையும், திருவரங்க நாயகியாரையும் என்றும் வழிபடும்படி கூறி, அடிமைப் பெயராக "பிள்ளை உறங்காவில்லிதாசர்" என்றும்,

"பொன்னாச்சியார்" என்றும் அவர்களுக்குத் திருப்பெயரை அளித்தருளி னார். பிள்ளை உறங்கா வில்லிதாசர், தம்முடைய மருகர்கள் ஆகிய வண்டவில்லி, செண்டவில்லி என்பவர்களையும் அழைத்து வந்து இராமானுசருடைய திருவடிகளை அடைந்து, அவர் திருவருளைப் பெறச் செய்தனர். இராமானுசர் அவர்களையும் ஆட்கொண்டு, சங்கு சக்கர இலச்சினை முதலியன அருளி, அவர்களுக்கும் தொண்டர் பெயராக வண்டலங்காரதாசர், செண்டலங்காரதாசர் என்னும் திருப் பெயர்களை அளித்தருளினார்.

திண்ணன் வீடு முதல்மு ழுதுமாய்
எண்ணின் மீதிய னெம்பெருமான்
மண்ணும் விண்ணுமெல் லாமுட னுண்ட
கண்ணன் கண்ணல தில்லையோர் கண்ணே

என்று கொண்டு, திருவரங்கநாதனை என்றும் வணங்கிப் போற்றி இராமானுசர்பால் பேரன்பு உடையவர்களாய்த் திருவரங்கத்திலேயே தங்களுக்கு உறைவிடம் ஒன்றை ஏற்படுத்திக் கொண்டு, தாங்கள் மன்னனிடமிருந்து மாதந்தோறும் பெறும் பொன்களை அடியார்கள் திறத்திற் செலவிட்டு வந்தார்கள்.

### பிள்ளை உறங்கா வில்லிதாசர் மனத்தூய்மை

இராமானுசர், நாளும் காவேரியில் நீராடச் செல்கையிலே கூரத்தாழ் வானும், முதலியாண்டானும் அவருக்கு இரு புறங்களிலும் உடன் செல்வார்கள். அவர் நீராடித் திரும்புகையில் அவ் இருவர் கைம்மேலும் ஈரத்துணியை இட்டு, அதன்மேல் தம்முடைய கையை வைத்துப் பிடித்துக் கொண்டு வருவார். ஒருநாள் அங்ஙனம் வருகையில் பிள்ளை உறங்கா வில்லிதாசர் வந்து இராமானுசரை வணங்கினார். இராமானுசர் கூரத்தாழ்வான், முதலியாண்டான் என்னும் இருவர் மீதும் கைம்மீது வைத்திருந்த தம்முடைய கையை எடுத்து, பிள்ளை உறங்கா வில்லிதாசருடைய தோளின் மீது வைத்து, அவர் மேற் சாய்ந்து நடந்து சென்று, மடத்துக்குள் நுழைந்தார். அப்போது கூரத்தாழ்வானும், முதலியாண்டானும், வெளியில் நின்றார்கள். முதலியாண்டான், கூரத்தாழ்வானை நோக்கி, "அன்புடையீர் என்னே! உயர்ந்த குலத்திற் பிறந்தவர்களும் என்றும் நிழல்போல் நீங்காமல் இருந்து வணங்கித் தொண்டு செய்கின்றவர்களும் ஆகிய நம் கையையும் தொடுதல் ஆகாது

என்று கொண்டு, கைகளின்மீது ஈரத்துணியை இட்டு அதன் மேலே தம்முடைய கையை வைத்துப் பற்றி வருபவர் நம் குரவர். இன்று வழியில் வந்து வணங்கின வேடவில்லியார் தோளின்மேல் கையை வைத்து, அவர் மீது சாய்ந்து கொண்டு நடந்துவந்தனரே! எனக்கு வியப்பை விளைவித்தது" என்றார். கூரத்தாழ்வான், "அன்புளீர், எனக்கும் அது வியப்பான செயலாகவே தோன்றியது. அன்றியும் அதைப்பற்றி அவர் தம்முடைய திருவுள்ளத்தில் சிறந்ததொரு கருத்தைக் கொண்டிருத்தல் கூடும் என்னும் எண்ணமும் என் மனத்திலே தோன்றி இருக்கின்றது. அதனை, நாம் பிறகு ஒருகால் அறிதல் கூடும் என்றும் எண்ணுகின்றேன்" என்று கூறினார். முதலியாண்டான் "அன்பீர்! உம்முடைய கருத்தின்படி நம்முடைய குரவர் கருத்தில் அதற்கு உரிய காரணம் யாதேனும் இருத்தல் கூடும் என்றே அடியேனும் இப்போது எண்ணுகின்றேன்" என்று கூறினார்.

இராமானுசர் தம் இருக்கையில் வீற்றிருந்த பிறகு அவ் இருவரும் வணங்கினார்கள். வணங்குகையில், தாம் இராமானுசர் செயலைப் பற்றிக் கருதின கருத்து யாதேனும் தீங்கு விளைவிக்குமோ என்னும் எண்ணத்தால் அவர்கள் முகத்தில் அச்சம் பொருந்தியது. இராமானுசர் அவர்களுடைய முகக் குறிப்பால் அவர்கள் கருத்தை அறிந்தார். அவர்களை நோக்கி, "அன்புடையவர்களே! நாம் இன்று புரிந்த செயல் உங்கள் மனத்தில் வியப்பை அளித்திருக்கும் என்று கருதுகின்றோம். கலைச் செல்வர்களே! நமக்கும் வில்லியாருக்கும் சிறந்ததொரு வேறுபாடு உண்டு. அது யாதெனில், நம் மனத்தில் எப்பொழுதும் உயர்ந்த குலத்திற் பிறந்தவர்கள் என்னும் எண்ணம் குடிகொண்டுறை கின்றது. அதனால், செருக்கு நம் மனமாகிய பீடத்தில் இனிது வீற்றிருக் கின்றது. அதனால் நம் மனமாகிய பீடமானது எம்பெருமான் எழுந் தருளி இருத்தற்கு ஏற்றதல்லாத இடம் ஆய்விடுகின்றது. வில்லியாரு டைய மனத்தில் செருக்கு என்பது சிறிதும் புகாது. ஆதலால், அவர் மனமாகிய பீடம் எம்பெருமான் இனிது வீற்றிருத்தற்கு ஏற்றதாய் விளங்குகின்றது. ஆகையால், அவர் உடம்பின் தொடுகை நம்முடைய குலச்செருக்கு ஆகிய நோய்க்குச் சிறந்த மருந்து ஆகும் என்று அவர் உடலின் தீண்டலை நான் விரும்பினேன்" என்று அருளிச் செய்தார்.

அதனைக் கேட்ட அவ் இருவரும், "எங்கள் அருமைக் குரவரே, அடியேங்கள் மனத்தாற் செய்த அப்பிழையைப் பொறுத்தருளுதல்

வேண்டும்" என்று கூறி வணங்கினார்கள். இராமானுசர் மடத்தில் இருந்த சில மறையவர், பிள்ளை வில்லியார் செய்யும் தொண்டில் பொறாமை கொண்டவர்களாய், அவர் செய்யும் தொண்டைப் பற்றி இழித்துக் கூறலானார்கள். இராமானுசர் அதனை அறிந்து கொண்டு, ஒரு நாள் நள்ளிரவிலே தாமே தனியாய் எழுந்து, அனைவரும் நன்கு உறங்குகின்றார்களா என்பதை நன்கு ஆய்ந்து, அம் மறையவர்கள் மறு நாளைக்காகத் துவைத்துக் காயவைத்துள்ள துணிகளுள் பிள்ளை உறங்கா வில்லியார் தொண்டைப் பற்றிப் பழித்துக் கூறினவர்களுடைய துணி களில், ஒவ்வொரு சாண் அளவு துணியைக் கிழித்து எடுத்துக் கொண்டு போய் அவற்றை ஒருவருக்குந் தெரியாதபடி ஒரு பேழையில் வைத்து விட்டுத் தாம் உறங்கினார். மறையவர்களுள் பலர் நீராடிவிட்டு வந்து மாற்றுடையை உடுத்துக் கொண்டார்கள். எதிராசரால் கிழிக்கப்பட்ட துணிகளுக்கு உடையவர்கள் வந்து அவற்றைக் கண்டவுடன் மிகவும் மனம் வருந்திக், "கூ, கூ" என்று கூவி, "அந்தோ! கொடும்பாவிப் பயல்கள் யாரோ? ஒருவரும் அறியாதபடி மடத்தினுள் புகுந்து இவ்வாறு துணியைக் கிழித்துக் களவாடிச் சென்ற திருடர்கள் யாரோ? ஆ! இவ்வாறு தீமை செய்த அவர்களுடைய கையை நெருப்புப் பற்றி எரிக்காதோ! ஆ! அவர்கள் கொடிய பாவிகள்; இழிவுடைய மைந்தர். இது கொடுமை! கொடுமை!! அவர்கள் வஞ்ச நெஞ்சர்கள்" என்று பலவாறு வையலானார்கள்.

இராமானுசர் "அன்புடையீர், இம் மடத்தினுள் இதுகாறும் திருடர் எவரும் வந்ததில்லை. ஆதலின் வெளியிலிருந்து திருடர்கள் வந்திரார். வெளியிலிருந்து திருடர்கள் வந்திருந்தால் துணிகள் எல்லாவற்றையும் எடுத்துக் கொண்டு போயிருப்பார். ஒவ்வொரு துணியிலும் சிறிது சிறிதே கிழிக்கப்பட்டிருத்தலின் நம்மில் எவரோ சிலர் தங்கட்கு கௌபீனத் துணி இன்மையின், இது செய்திருப்பர் என்று தோன்று கின்றது. அத் துண்டுகள் அடியார்களுக்குப் பயன்படுதல் நன்மை அன்றோ? அவர்களைத் திட்டாதீர்கள்" என்று கூறியருளினார். அங்ஙனம் இராமானுசர் கூறியும் அவர்கள் தங்களுக்குள் முணு முணுத்துக்கொண்டே இருந்தார்கள்.

இராமானுசர் "எம்முடைய பொருள்கள் யாவும் எம்பெருமான் அடியார் கட்கே உரியன" என்று புறத்தே கூறிச் சிறு துணித்துண்டுகள் போய் விட்டது பற்றிப் பெரிதும் வருந்தியிருக்கும் அச்சிறு மனமுடையவர்

கட்குப் பிள்ளை உறங்கா வில்லிதாசருடைய அன்பையும் அருளையும், பொன்னாச்சியாருடைய தண்ணளியையும் தூய மனநிலையையும் உணர்த்தக் கருதி, இரு பாகதவர்களைத் தனியாக அழைத்தார். "அன்புடையீர், நம்முடைய மடத்தில் இப்போது அடியார்கட்கு உணவு இடுவதற்குப் பொருள் இல்லை. அதற்கு வேண்டிய பொருளைக் கொடுப்பாரையும் காண்கிலோம். ஆதலின் நீவீர் இருவீரும், இன்று இரவு பிள்ளை உறங்கா வில்லியாருடைய திருமாளிகைக்குச் சென்று, அவருடைய இல்லக்கிழத்தியார் ஆகிய பொன்னாச்சியார் நன்றாய் உறங்கும் சமயம் கண்டு. அவருடைய அணிகளைக் கவர்ந்துகொண்டு வருதல் வேண்டும். அஞ்ச வேண்டா. நம் சமயத்தின் ஆழ்வார்களுள் ஒருவர் ஆகிய திருமங்கைமன்னர், திருவின் காதலன் அடியார்களைப் போற்றும் பொருட்டு வழிப்பறி செய்து, பொருளை ஈட்டிய செய்தி உங்கட்கு தெரியாதா? அவ்அம்மையார் அணிந்துள்ள அணிகள் ஒளிமிக்க மணிகள் பதிக்கப் பெற்றவை; விலை மிக்கவை. அவற்றாற் பெறக்கூடிய பொருள்களைக் கொண்டு நம் மடத்தில் உள்ள அடியார் களைப் பல நாள்கள் ஆராதித்தல் ஆகும்" என்றருளினார்.

அவ் இரு வைணவர்களும் இராமானுசர் கூறியவற்றைக் கேட்டு, அவர் மொழியின்படி, நள்ளிரவிலே பிள்ளை உறங்கா வில்லியார் திரு மாளிகையினுள் புகுந்து, பொன்னாச்சியார் அமர்ந்து துயிலுதலைக் கண்டு, அவர் அருகிற் சென்று, அவருடைய அணிகளை மெல்லெனக் கழற்றத் தொடங்கினார்கள். அப்போது அவ்அம்மையார் ஒருக் கணித்துப் படுத்துக் கொண்டிருந்தார். ஆதலின், அவர்கள் அவ் அம்மை யாருடைய ஒருபுறத்து நகைகளைக் கழற்றிக் கொண்டு, மறுபுறத்து அணிகளைக் கழற்றிக் கொள்வது எவ்வாறு? என்று நினைந்துக் கொண்டிருந்தார்கள். பொன்னாச்சியார் தம் அணிகள் பறிக்கப்படுவதை உணர்ந்து கொண்டார்; உணர்ந்து கொண்டு எழாமல், "அந்தோ! இவர்களை இத் தீய செயலைச் செய்யும்படி தூண்டியது இவர்கள் வறுமையே போலும். இவர்கள் இவ்வொருபுறத்து அணிகளைக் கொண்டுபோய் விற்கச் செல்வார்களாயின், ஊர்க்காவலர்கள் இவர் களைக் கள்வர் என்று பற்றிச் சென்று, சிறையில் அடைத்து தண்டிப்பார் களே! அதனால் அவர்கள் அத்துன்பத்திற்கு ஆளாகாதபடி, மறுபுறத்து அணிகளையும் கவர்ந்து கொள்ளல் வேண்டும்" என்று கருதி, மறுபுற மாக மெல்லத் திரும்பினர். அவ் இருவரும், "அவ் அம்மையார்

விழித்துக் கொண்டனர் என்று எண்ணி, வெளியிலே விரைந்து ஓடிச் சென்று, மடத்தினுள் புகுந்து, இராமானுசர் திருமுன் அவ் அணிகளை வைத்துத் தாங்கள் செய்தவற்றைக் கூறினார்கள். இராமானுசர் அவ் அணிகளை எடுத்துக் கொண்டு,மறைவாக வைத்தற்குத் தக்க இடத்தில் மறைவாக வைத்துவிட்டு வந்து, "நீங்கள் உங்கள் இடத்திற்குச் செல் லுங்கள், இதனை ஒருவருக்கும் கூறாதீர்கள்" என்று கூறி அவர்களை அனுப்பி விட்டார்.

பொன்னாச்சியார், "அந்தோ! அவர்கள் மறுபுறத்து அணிகளையும் கழற்றாமல் ஓடிவிட்டார்களே! அவர்களுக்குத் துன்பம் சிறிதும் உண்டா காமல் செய்தற்கு உரியவழி ஒன்றும் தோன்றவில்லையே!" என்று வருந்தலாயினார். பொன்னாச்சியாருடைய அணிகள் பறிபோனதைப் பற்றி தமக்குள் மறைவாகப் பேசிக் கொள்வனப் போலச் சிறுபறவைகள் தத்தம் கூடுகளில் வந்து, "கீச்சி, கீச்சி" எனத் தம்முடைய எழுத்துத் தோன்றாத மொழியிற் பேசிக் கொள்ளலாயின. கள்வர்களுக்குத் துணை புரிய வந்தவர்கள், ஊர்க் காவலர்களைக் காணின், ஓடி மறைவான இடந்தேடிச் சென்று பதுங்கிக் கொள்வதுபோன்று இருளானது. அச் செங்கதிர்களைக் கண்டு, விரைந்து ஓடிச், சோலைகளை அடைந்து பதுங்கியிருப்பதாயிற்று. பிள்ளை உறங்கா வில்லிதாசர், துயில் உணர்ந்து எழுந்து கடன்களை முடித்துக்கொண்டு, பொன்னாச்சியார் இடம் வந்து, அவர் ஒரு புறத்து அணிகள் இன்றி இருத்தலைக் கண்டு, "இங்ஙனம் உன்னுடைய ஒருபுறம் அணி இன்றி இருத்தற்குக் காரணம் யாது?" என்று கேட்டார். பொன்னாச்சியார் வணங்கி இரவு நிகழ்ந்த களவைப் பற்றிக் கூறினார். பிள்ளை உறங்கா வில்லியார் அளவில்லாத் துயர முற்றுப் பொன்னாச்சியாரை நோக்கிப், "பேராசை கொண்ட பேதாய்! திருட வருகின்றவர்கள் வறுமையினால் தூண்டப்பட்டுத் தான் திருட வருகின்றார்கள். அத்தகைய கொடிய வறுமைப் பிணிக்கு ஆற்றாராய்த் திருடுபவர்கள் வருந்தாமல் திருடிக்கொண்டு போகட்டும் என்றெண்ணி வாளா இருப்பதன்றோ வைணவர்களுடைய கடமையாவது? பிறருடைய வறுமையைப் போக்குதற்குத் தம்முடைய பொருளை மகிழ் வுடன் அளிப்பதே வைணவ நெறியாகும். நீ, நம்முடைய அணிகள் பறிக்கப்படுகின்றனவே!" என்று அஞ்சித் திரும்பினை அவர்கள் அதனைக் கண்டு, "நீ விழித்துக் கொண்டனை" என்று எண்ணி ஓடி விட்டார்கள். நீ வைணவ நெறிக்குத் தகாதவள்; ஆதலின், உன்னோடு

கூடி வாழ்தல் எனக்கத் தகாது" என்று கூறிவிட்டுச் சென்று, நீராடித் திருவரங்கனை முறைப்படி ஆராதித்துத் தாம் உணவு கொள்ளாமலும் அவ் அம்மையாரோடு பேசாமலும் இருந்தார்.

பொன்னாச்சியார், "அந்தோ! என் அறியாமை என்னே! ஒருபோதும் என்பால் அன்பு நீங்காமல் இருந்தவரும் தூய மனத்தினரும் அருங் குணச் செல்வரும் ஆகிய என் தலைவர் கருத்துக்கு மாறான செயலைச் செய்யும்படி செய்த ஊழின் வலியை என்னென்று கூறுவேன்! யான் முற்பிறப்பில் தக்க வகையில் நல்வினை செய்திருப்பின் என் அருமை அன்பருக்கு இங்ஙனம் என்பால் வெறுப்பு உண்டாதற்கு உரிய காரணம் நேர்ந்திராதே! யான் முற்பிறப்பில் நல்வினை செய்யாதவள்; அதனாலே தான், என் உயிர்க்கு உயிர் ஆகிய என் தலைவருக்கு என்பால் இங்ஙனம் வெறுப்புத் தோன்றுவதாயிற்று" என்று கூறிப் புலம்பி அணிகள் அணிதல், நல்உடை உடுத்தல், மலர்கள் சூடுதல், உண்ணுதல் உறங்குதல் என்பன இன்றி வருந்தி இருத்தார்.

இங்ஙனம் மூன்று நாள்கள் சென்றன. அன்பர்கள் சிலர், அதனை அறிந்து, இராமானுசர்பால் சென்று, அவரை வணங்கி நின்று, "அடிகாள், பிள்ளை உறங்கா வில்லிதாசர், பொன்னாச்சியாரிடம் யாது காரணத்தாலோ ஊடல் கொண்டுள்ளனர்" என்று கூறினார்கள். இராமானுசர், அத் தூய உள்ளத்துச் செல்வர்களை வருவித்து, அவர்களை நோக்கி, "அன்பின் செல்வர்களே, உங்களுக்குள்ளும் ஊடல் உண்டாயிற்றோ? அதற்குக் காரணம் யாது?" என்று கேட்டனர். பிள்ளை உறங்கா வில்லியார் இராமானுசரை வணங்கி நின்று. "எம் அடிகாள், வறுமைப் பிணியால் வருத்தம் உற்ற யாரோ சிலர், நள்ளிரவில் வந்து, இவள் அணிகளை மெல்லப் பறிக்கலானார்கள். இவள், அணிகள் போய் விடுகின்றனவே என்று அஞ்சித் திரும்பினாள். அவர்கள் இவள் திரும்பியதைக் கண்டு, அஞ்சி ஓடிவிட்டார்கள். வறுமை என்னும் கொடிய நெருப்பாற் சுடப்பட்டவர்கள் துயரத்தை நீக்குவதன்றோ வைணவ அறம்? இவள், பொன் ஆசை யாலே அறிவை இழந்து விட்டாள்; ஆதலின், இவளோடு வாழ்வது எனக்கு இயையாது" என்றார். இராமானுசர், பொன்னாச்சியாரை நோக்கியருளி, "அம்மையீர், நீர் இதற்கு யாது கூறுகின்றீர்" என்று கேட்டார்.

"எம் அடிகாள், அடியேன், வந்தவர்கள் தங்கள் வறுமை நோய் தீரும்படி மற்றொரு புறத்து அணிகளையும் பறித்துக் கொள்ளட்டும் என்று எண்ணித் துயில்பவள் போலவே திரும்பினேன்" என்றார். பிள்ளை உறங்கா வில்லியார், "எம் அடிகாள், இவள் தன் பொன்னாசை ஆகிய குற்றத்தை மறைக்கும் பொருட்டுப் பொய்யைப் புனைந்து கூறினாள். ஆதலின், இவள் எனக்கு உதவாள்" என்று வெறுத்துக் கூறினார். இராமானுசர், "அன்பரே, வைணவ நெறிக்குப் புறம்பாய் ஒழுகிய இவரை விலக்கிவிடுவது முறையேயாகும். இவர் பெயர், "பொன்னியார்" என்று இருத்தலின், இவரைப் பொன் எனவே கொண்டு, இவரை யாருக்கேனும் தானம் செய்துவிடக் கருதுகின்றேன்" என்று அருளினார். பிள்ளை உறங்கா வில்லியார். "எம்மடிகாள், தேவரீர் விருப்பப்படி இவளை யாருக்கேனும் தானம் செய்து விடுவது நன்று" என்றார். "அங்ஙனமானால், நான் இப் பொன்னாச்சியாரை இங்குள்ளாருள் பிள்ளை உறங்கா வில்லியாருக்கே தானம் செய்தேன், பெற்றுக் கொள்ளட்டும்" என்றருளினார். பிள்ளை உறங்கா வில்லியார், மறுமொழி ஒன்றும் கூறாமல், இராமானுசர் திருவடிகளில் வணங்கி எழுந்து, பொன்னாச்சியாருடைய மென்மலர்க் கையைப் பற்றிக் கொண்டு நின்றார். அங்கிருந்தவர் யாவரும் அவர்கள் செயலைக் கண்டு, வியப்புற்று அவ் இருவரையும் பலவாறு போற்றிப் புகழ்ந்தார்கள்.

இராமானுசர் அங்குள்ளாரை நோக்கி, "அன்பர்காள், இவர்களுடைய மனநிலையை அறிந்தீர்கள் அல்லவா? இதுவே வைணவத்தின் உண்மை நெறியாகும். நூல்களைக் கற்கையில் ஒரு கொள்கையும், ஒழுக்கத்தில் வேறொரு கொள்கையும் கொள்ளுவது வைணவ நெறியாகாது.

முன் ஒருநாள் உங்களுள் சிலர், தங்கள் மடித்துகில்களிற் சிறிது சிறிது கிழித்துக் கொண்டு சென்ற கள்வனை ஓயாமல் வைதிட்டீர்கள். அன்று அதனையும் நீங்கள் கேட்டீர்கள். இன்று இவர்களுடைய மனப் பான்மையையும் உணர்ந்தீர்கள். நாமே அன்று உங்கள் உண்மை மன நிலையை உணர்தற்காக உங்களுள் சிலருடைய ஆடைகளில் சிறிது சிறிது கிழித்துக் கொண்டோம். இன்று இவர்களுடைய நல்லருள் திறத்தை உங்களுக்குத் தெரிவிக்கக் கருதி, நாமே இருவரைப் பொன்னாச்சியார்

அணிகளைப் பறித்து வரும்படி ஏவினோம் என்று கூறிச் சென்று, அத் துகில் துண்டுகளையும், அணிகளையும் கொணர்ந்து அனைவருக்கும் காட்டி, "அன்புடையீர்! இனி நாம் உயர் குலத்தினோம் என்னும் செருக்கை ஒழித்து விட்டு, இவர்கள் ஒழுக்கத்தைக் கைக் கொண்டு, ஒழுகுவீர் ஆக. எம்பெருமான் உவப்புக்கு உரியவை தூய உள்ளமும், நல்லொழுக்கமுமேயாகும். உயர்குலமும் பொருள் முதலியவற்றால் உளவாகும் மேன்மையும் அல்ல. இவருடைய திருமேனி எமக்கு உருமாறனம் (பரிச வேதி) ஆகும்" என்றருளினார். முன்னே பிள்ளை உறங்கா வில்லியார்பால் பொறாமை கூர்ந்து, அவரைப் பழித்துக் கூறியவர்கள் விரைந்து எழுந்து, இராமானுசரை வணங்கித் தங்கள் குற்றத்தை மன்னித்தருளும்படி வேண்டிக் கொண்டு அன்று முதல் பிள்ளை உறங்கா வில்லியாரைப் பின்பற்றி ஒழுகலானார்கள்.

இராமானுசர், பிள்ளை உறங்கா வில்லியாரை நோக்கி, அன்புடையீர், இவ் அம்மையார், பொன்னாசை உடையவராயின், வந்தவர்கள் அணிகளைப் பறிக்கையில் அலறி எழுந்து, "கூ கூ" எனக் கூச்சலிட்டு இருப்பார். அன்றி, அவர்கள் ஓடிவிட்ட பிறகேனும் விரைந்து வந்து உம்மிடமும், பிறரிடமும் வருத்தத்துடன் கூறியிருப்பார். இவ் அம்மையார் அவர்கள் அணிகளைப் பறிப்பதைத் தாம் அறிந்து கொண்டும் வேறு யாதும் செய்யாமல் துயில்வார் போன்றே மெல்லத் திரும்பியதற்குக் காரணம் இவ்வம்மையார் கூறியதே என்பதிற் சிறிதும் ஐயுறவு இன்று. இவர், அப்போது மெல்லவே திரும்பினர் என்பதை எம்மால் அனுப்பப்பட்டவர்களும் எம் இடம் வந்து கூறினார்கள். இனி, நீவீர் இருவீரும் முன்போலவே ஒன்றிய உள்ளத்தீர்களாய்ப் பல்லாண்டு வாழ்வீர்களாக" என்றருளி வாழ்த்தினார். அவர்களும் ஒன்றிய உள்ளத்தர்களாய் இனிது வாழ்ந்து வரலானார்கள். இவர் பிறந்த மாதமும், நாளும் மாசித் திங்கள் ஆயில்யம்.

## 5. அகளங்க நாட்டு ஆழ்வார்

பேராயிரம் கொண்ட பெம்மான் அனைத்துலகின்
வேரா யிரம் அவன் என்னுயிர் நாரா
யணன்நம் அகளங்க நாட்டாழ்வான் அன்பின்
மணம்ஆம் அடியார் மனற்கு!

அன்பும், அருளும் வீரமும் நன்கு அமையப் பெற்ற அகளங்கன் என்னும் வேந்தன் ஆளுகையில் அம் மன்னனுக்கு மூன்று வீரர்கள் மெய்க் காப்பாளராக இருந்தனர். அவர்கள் பிள்ளை உறங்கா வில்லியார், வண்டவில்லி, செண்டவில்லி என்பவர்கள். அம் மூவரும் இராமானுசர் திருவடிகளை அடைந்து, சங்கு சக்கர இலச்சினை முதலிய ஐந்து அங்கங்களையும் பெற்றார்கள். இராமானுசர் அவர்கட்குப் பிள்ளை உறங்கா வில்லிதாசர், வண்டலங்கார தாசர், செண்டலங்கார தாசர் என்னும் தொண்டர் பெயர்களை அளித்தருளினர். அம்மூவரும் திருமகள் கேள்வன் திருவடித் தாமரைகளை என்றும் மறவாத உள்ளத்தினராய் விளங்கினார்கள். அகளங்கன் என்னும் அம்மன்னன் ஒருநாள் வெளியிற்சென்று உலாவ விரும்பி, வண்டலங்கார தாசர், செண்டலங்காரதாசர் என்னும் இரு வில் வீரர்கள் தம் இருபுறங்களிலும் மெய்க்காப்பாளராக வரவும், மருத்துவரும், இன்னும் சில

பணியாளர்களும் தம்மைச் சூழ்ந்துவரவும் வெளியிற் சென்றார். அவ் வேந்தன், அவ் இரு வீரர்களும் திருமகள் காதலன் திருவடிகளை அன்றிப் புறந்தொழாத மாந்தர்கள் என்பதை நன்கு அறிவான்.

அம் மன்னன், அப்போது அவர்களுடைய மன உறுதியை நன்கு ஆய்ந்தறியக் கருதினான். அவர் கருத்துக்கு ஏற்பச் சிறிது தூரத்தில் ஒரு கோயிலின் கோபுரம் தோன்றியது. அது சமணர்களுடைய கோயில். அது சமணர்களுடைய கோயில் என்பதனை அம்மன்னன் நன்கு அறிவான். ஆதலின், அவ் வீரர்களை நோக்கி, "அன்பர்களே நாம் பெரிய கோயிலுக்கு அருகில் வந்து விட்டோம். அதோ நம்பெருமான் அரவணையில் அறிதுயில் கிடந்திருக்கும் திருக்கோயிலின் கோபுரம் தெரிகின்றது" என்று கூறினான். அவ்வீரர்கள் இருவரும் அம் மன்னரைக் காத்து வருதலிலே தங்கள் கருத்தைச் செலுத்தி வந்தார்கள். ஆதலின், அவர்கள் தாங்கள் வந்துள்ள இடம் இன்னது என்று அறியார். அம் மன்னன் கூறியதை உண்மை என்றே கருதி, அத் திசையை நோக்கித் தங்கள் கைகளைக் கூப்பித் தலைமீது எடுத்துப் போற்றித் தம் உடல் நிலத்திற் பொருந்த வீழ்ந்து வணங்கிக் கிடந்தார்கள்.

அம் மன்னன், அவர்களை நோக்கி, "அன்பர்களே, நீங்கள் வணங்கின கோயில் சமணர்களுடைய கோயில், திருமாலின் திருவடித் தாமரை களை அன்றிப் புறந்தொழாத மாந்தர்கள் ஆகிய நீங்கள் இப்பொழுது சமணர்களுடைய கோயிலை நோக்கி வணங்கினீர்களே! உங்கள் நெறிக்கு ஏற்புடையது ஆகுமோ? என்று கூறி நகைத்தான். அவ்வேந்தன் கூறிய அச் சொற்களைக் கேட்டவுடன் அவ் வென்றிவீரர் இருவரும் அப்படியே மூர்ச்சை அடைந்து கிடந்தார்கள். அம்மன்னன் அவர்கள் எழுந்திராமல் தரையிற் கிடத்தலைக் கண்டு, தாமே அவர்களைத் தட்டி, "வீரர்களே. எழுந்திருங்கள்" என்று கூறி எழுப்பினான். அவ் வீரர்கள் எழுந்திலர். பிறகு அம்மன்னன் அவர்களைப் புரட்டிப் பார்த்தான். அவர்கள் சிறிதும் பேச்சு மூச்சும் காணப்பட்டிலர். உடனே அம் மன்னன் மருத்துவர்களை அழைத்து அவர்களுடைய கைகளைப் பற்றிப் பார்க்கச் சொன்னான். மருத்துவர்கள் அவர்களுடைய கையைப் பார்த்து, "எங்கள் அன்புடைய வேந்தரே, இவர்கள் உடல்களினின்று உயிர்கள் நீங்கி விட்டன" என்று வருத்தத்துடன் கூறினார்கள். அவ்வேந்தன் "அந்தோ! என்னே நம்முடைய அறியாமையின் தன்மை! இங்ஙனம்

பெருந்தீமை விளையும் என்று நாம் சிறிதும் எண்ணிலமே! இவர்கள், அருந்திறல் வீரர்கள், அருங்குணச் செல்வர்கள் உண்மைக்கு உறையுள் ஆனவர்கள்; அன்பு செறிந்த மனத்தினர்; அருளுக்கிருப்பிடமாய் விளங்கும் உள்ளத்தவர்கள். இத்தகையோரை இனி எங்கிருந்து பெறு வோம்?" என்று எண்ணினார்.

பெரும் படைத்திரள்களைக் கண்டபோதும் சிறிதும் கலங்காத அம் மன்னன் மனம் மிகவும் கலங்கியது. உயர்குணச் செல்வர் ஆய பிள்ளை உறங்கா வில்லியார். இச்செய்தியை அறியின் நம்மை என்னென்று எண்ணுவார்? "இம் மன்னன் சிற்பியினால் வில் முதலிய படைகளை யும் திண்டோள்களையும் அமைத்து செயல்பட்ட கல் உருவம்" என்றே கருதுவர். இனி இதற்கு நாம் செய்யக்கூடியது யாது? பிள்ளை உறங்கா வில்லியாருக்குத் தெரிவிப்பதுதான் இனி நாம் செய்யக்கூடியது" என்று எண்ணிப் பணியாளர் இருவரை அழைத்து, "நீவீர் விரைந்து சென்று, பிள்ளை உறங்கா வில்லியாரைப் அழைத்து வருவீர்களாக" என்று கூறி அனுப்பினான்.

பிள்ளை உறங்கா வில்லியார் மன்னன் கட்டளையைக் கேட்டவுடன் அம் மன்னனிடம் விரைந்து வந்தார். அவ்வேந்தன் அவரைக் கண்ட வுடன் தழுவிக் கொண்டு, நிகழ்ந்த செய்தியை அவர்பால் கூறினான். அவர், "வேந்தரே! அஞ்சல் வேண்டா, மாயனையன்றி மறந்தும் புறந்தொழாத மாந்தருக்கு அப்பெருமானுடைய அடியார்களுடைய அடிப்பொடியே மருந்து" என்று கூறித் தம்முடைய திருவடிகளால் அவ்விரு வீரர்களுடைய உடல்களையும் தடவினார். உடனே அவ்விரு வீரர்களும் உறங்கி எழுவாரைப்போல எழுந்து, அம் மன்னர் மன்னரை யும் வணங்கி பிள்ளை உறங்கா வில்லியாரை யும் வணங்கி நின்றார்கள்.

அச் செயலைக் கண்ட மன்னன் பெருவியப்பு எய்தினான். சிறிது நேரம் அசைவற்று நின்று, தமக்குள், "இவர்கள் திருவின் கொழுநனுடைய சிறந்த அடியவர்கள்; அப் பெருமானுடைய உண்மைத் தொண்டர்கள்; அப் பெருமாள் இவர்கள் விரும்பியவற்றை அருளுவான் என்பது இப்பொழுது நிகழ்ந்த செயலே நன்கு தெரிவிக்கின்றது. இவர்களைத் தம்முடைய பணியைப் புரிதற்கு உரியவர்களாக வைத்திருத்தல் தக்கது அன்று" என்று கருதி, அவர்களை நோக்கித் "திகழ்ஒளிப் பெரியோன் திருவருளை நன்கு பெற்ற செல்வர்களே! நான் இதுகாறும் எளிய

மக்களாக எண்ணி உங்களை என் பணியில் ஏவி வந்தேன். உங்கள் அன்பின் தன்மையை இப்பொழுது நன்கு உணர்ந்தேன்; ஆதலின், இனி நான் உங்களை என்பணியில் ஏவிக் கொண்டிருப்பது தகுதி அன்று. இனி நீங்கள் கோயிலிலேயே எழுந்தருளி இருந்து அரவணைச் செல்வருக்கு உவப்பான ஆருயிர்க்கு தொண்டுகளைப் புரிந்து கொண்டிருங்கள். உங்கட்கு எப்பொழுதும்போலத் திங்கள்தோறும் நான் கொடுத்து வந்த மாதச் சம்பளத்தை ஆள்கள் மூலமாக அனுப்புகின்றேன். உங்கள் திருவருளின் துணையால், எம்பெருமான் திருவருள் எனக்கும் எய்தும் என்பதில் ஐயுறவில்லை" என்று கூறி அவர்களை வணங்கினான்.

அவர்கள் உடல் பதறப் பெற்றார்கள்; அவர்களுள், உறங்கா வில்லியார், அம்மன்னனை நோக்கி, "வேந்தரே, என்னே இது! வேந்தர்கள் தங்கள் முடியுறப் பணியும் திருவடியை உடைய தாங்கள் உங்கள் பணியைப் புரியும் பணியாளர்கள் ஆகிய எங்களைப் பணிதல் தகுமோ?" என்று கூறினார். அம்மன்னர் அவரை நோக்கி, "அருங்குணச் செல்வரே! நீங்கள் மூவரும் தேவதேவன் ஆகிய நாரணன் உண்மைத் தொண்டர் களாய் உள்ளீர்கள். நீங்கள் இந்திரன் முதலிய தேவர்களும் வணங்கத்தக்க மேன்மை உடையீர்கள் என்றால், நான் வணங்கியது வியப்பு ஆகுமோ? உங்கள் மேன்மையை நீங்கள் அறியீர்கள். உயர்ந்தோர்கள் பிறர் மேன்மையைக் கருதுவது அன்றித் தங்கள் மேன்மையைக் கருதார்கள். ஆதலின், உயர்ந்தோருக்குத் தங்கள் மேன்மை விளங்குவது இல்லை. அன்புடையீர், உங்கள் அன்பு என்பால் என்றும் நீங்காமல் இருப்பதாக" என்று கைகூப்பிக் கொண்டு உரைத்தான். அம்மூவரும் அம் மன்னரிடம் விடைபெற்றுக் கோயிலுக்குச் சென்றார்கள்.

அம்மூவரும் அரசரிடமிருந்து பெறும் மாதச் சம்பளத்தை இராமானு சரிடம் கொடுத்து அவரை வணங்குவார்கள். இராமானுசர் திருவாழி முதல்வன் திருவருள் அவர்களுக்கு எய்தும்படி செய்தல் வேண்டும் என்னும் திரு உள்ளத்தினராய் அப்பொருள்களை அடியார்களை ஆராதிப்பதில் செலவிட்டு வந்தார்.

அவர்கள் அம் மன்னர் ஆசைப்படி கோயிலிலே தாமே இருந்து திருவரங்க நாதனுக்கு உரிய தொண்டுகளைப் புரிந்து வந்தார்கள். அம் மன்னர் தாம் கூறியபடி ஒரு திங்கள் ஆனதும் அவர்களுள் ஒவ்வொரு வருக்கும் ஆயிரம் பொன்னைப் பணி ஆள்களின் மூலமாக அனுப்பி னான். அவர்களும் அம் மூவாயிரம் பொன்னையும் ஏற்றுச் சென்று

இராமானுசர் திருவடிகளை வணங்கி அம் மூவாயிரம் பொன்னை யும் அவர் முன்வைத்து முன் நிகழ்ந்தனவற்றைக் கூறினார்கள். இராமானுசர், வழக்கம்போல, அவற்றை எடுத்துக் கொள்ளாமல், அம் மூவரையும் நோக்கி, "அன்பிற் சிறந்த அருங்குணச் செல்வர்களே, இதுகாறும் நீங்கள் கொணர்ந்து கொடுத்து வந்த பொன்கள், உங்கள் முயற்சியினால் தேடிய பொன்கள் ஆகும். ஆதலின், அப்பொன்களை அடியவர்களை ஆராதிக்கும் தொண்டில் செலவிட்டு வந்தேன். இப்பொழுது நீங்கள் கொணர்ந்து கொடுத்த பொன்கள், நான், எனது என்னும் இராசத குணமும், தாமதகுணமும் பொருந்தப்பெற்ற அரசனால் உங்கட்கு அளிக்கப்பட்ட பொன்கள் ஆகும். இவற்றைக் கொண்டு அடியவர் களைக் காப்பது நஞ்சு கலந்த பாலை அடியவர்களுக்கு அளிப்பதே ஆகும். ஆதலின் இப் பொன்களை அம் மன்னன்பாலே திருப்பிவிட்டு வருவீர்களாக" என்றருளினார்.

அம் மூவரும் இராமானுசரை வணங்கி விடைபெற்று அப்பொன் களை எடுத்துக் கொண்டு அம் மன்னனிடம் சென்று, "வாழ்க வேந்தரே" என்று வாழ்த்தினார்கள். அவர்களுள் பிள்ளை உறங்கா வில்லியார் அம் மன்னன்பால் தங்கள் குரவர் ஆகிய இராமானுசர் இப்பொன்களை ஏற்றுக் கொண்டிலர், ஆதலின், யாங்களும் இப்பொன்களை ஏற்றுக் கொள்வோம் அல்லோம். ஆதலின் இப்பொன்களைத் தங்களுக்கே திருப்பிவிட வந்துள்ளோம்; ஏற்றுக் கொள்ளுவீராக. இனி எங்கட்கு நீர் பொன்களை அளித்தல் வேண்டா" என்று கூறினர். அவர் கூறியவற்றைக் கேட்ட அம் மன்னன், "இவர்கள் முன்பு நம்பால் பொருள் பெறுங்கால் எவ்வளவு அவாவுடனும், வணக்கத்துடனும் பெற்று வந்தார்கள்! நாம் கொடுக்கும் பொன்களை அவ்வளவு அவாவோடு பெற்று வந்த இவர்கள் இப்பொழுது இப் பொன்களைச் சிறிதும் மதியாமல் திருப்பி விடத் துணிந்ததற்குக் காரணம் யாது? ஏதேனும் ஒரு செய்தியை நம்மிடம் கூறக் கருதினும், அரசர் நாம் கூறுவனவற்றை இப்பொழுது கேட்பாரோ? கேளாரோ? என்று எண்ணி நாம் கேட்டதற்கு உரிய சமயத்தை எதிர்நோக்கி இருந்து கூறும் இவர்கள், அங்ஙனம் ஒன்றை யும் நோக்காது இப் பொன்களை நம்பால், திருப்பிவிடத் துணிந்த துணிவுக்குக் காரணம் என்ன? இவர்கள், மண், பொன், முதலிய வற்றிலே தங்கட்கு இருந்த அவாவை நீத்தமையே அன்றோ?

அவா அற்றவர்கள் உலகின் கண் உளவாகும் துன்பங்கள் யாவும் நீங்கினவர்கள் ஆவார்கள். அவர்களுக்கு இன்பம் மேல்மேல் வரும்.

அத்தகையோர் அசையாத மன உறுதியைப் பெற்று விளங்குதலோடு, அந்தமில் பேரின்ப வீட்டையும் எய்துவார்கள். அவாவற்றவர்களே உண்மைத் துறவிகள் ஆவர்.

அறிவில்லாத மக்கள், அரச செல்வம் உலகின் செல்வங்கள் எல்லா வற்றுள்ளும் சிறந்தது என்று எண்ணுவார்கள். அரசர்நிலை நெருப்பாறு, முட்படுக்கை ஆகிய இவற்றைப் போன்றது என்பதை அவர்கள் அறியார்கள். அரசர்கள் மெய்க்காப்பாளர்களுடன் அன்றி, வெளியிற் செல்லாமைக்குக் காரணம் யாது? யாரால் என்ன தீங்கு நேரிடுமோ? என்னும் அச்சமே அன்றோ அதற்குக் காரணம்? இவ்வுலகிலே பொருளுடையார் எனப்படுவார், அச்சம் என்னும் நெருப்பை மடியிற் கட்டிக்கொண்டிருப்பவர்களே. இவர்கள் மண், பொன் என்பனவற்றில் அவா அற்ற மனநிலையை உடையவர்களாயிருத்தலாலே இப் பொன்களை நம்பால் திருப்பிவிடத் துணிந்ததே அன்றித் தங்கட்கு இனிப் பொன்களை அனுப்புதல் வேண்டா என்றும் கூறிவிட்டார்கள். ஆ! என்னே வியப்பு! இத்தகைய மனநிலை இவர்களுக்கு உண்டான தற்குக் காரணம் யாது? இவர்களுடைய மெய்ஞ்ஞானக் குரவருடைய திருவருளே ஆகும். நாம் அவரை அடைந்து உய்தல் வேண்டும்" என்று பலபடியாக எண்ணிப் பிள்ளை உறங்கா வில்லியாரை நோக்கி, "அருங்குணச் செல்வரே! நீங்கள் மூவரும் முற்பிறப்பில் செய்தற்கு அரிய பெருந்தவம் செய்தவர்கள். ஆதலாலே தான் ஒப்பு உயர்வு இல்லாத மெய்ஞ்ஞானச் செல்வர் ஆகிய குரவரைப் பெற்றீர்கள். அடியேனும் உங்கள் குரவர் திருவடிகளை அடைந்து, உலகத்துத் துன்பங்களினின்று தப்பி உய்தல் வேண்டும் என்னும் விழைவு உடையவன் ஆனேன். அடியேற்கு நீங்கள் அந்த உதவியைப் புரிய வேண்டும். நீங்கள் ஏதோ என்னை உயர்ந்தவன் ஆகவும், உங்களைத் தாழ்ந்தவர்களாகவும் எண்ணிக் கொண்டிருக்கின்றீர்கள். அந்த எண்ணத்தை இனி விட்டு விடுங்கள். என்னை அழைத்துச்சென்று உங்கள் குரவருடைய திருவருளைப் பெறுவதற்கு உரியவன் ஆக்குங்கள்" என்று கூறினான்.

பிள்ளை உறங்கா வில்லியார், "செங்கோல் வேந்தரே, எங்கள் குரவர் யாவரும் திருமகள்நாதன் திருவருளைப் பெற்று உய்தல் வேண்டும் என்னும் பரந்த நோக்கம் உடையவர்; தம்பால் வருகின்றவர்கள் எவரையும் ஆட்கொண்டு அருள்புரிபவர்; திருமகளாளன் பத்துடை

அடியவர்கட்கு எளியவனாகி இருப்பதுபோல அவர் தம்பால் வருபவர்கள் யாவருக்கும் எளியவராகி இருப்பவர். தங்களை கருத்து அன்னது ஆகில் தங்களை அவர்பால் அழைத்துச் செல்வதில் தடை யாது?" என்று கூறினார். அகளங்கன் உடனே அவர்களோடு புறப்பட்டு இராமானுசர்பால் சென்றான். இராமானுசர் உடனே அம் மன்னனை வரவேற்று உபசரித்தார். பிள்ளை உறங்காவில்லியார் பிறகு இராமானு சரை வணங்கி நின்று அவர்பால் அம்மன்னர் வரவின் காரணத்தைக் கூறினார். இராமானுசர் அவர் மொழிகளைக் கேட்டு மகிழ்ந்து, அம் மன்னனை அன்புடன் நோக்கினார். அம் மன்னன், உடனே எழுந்து இராமானுசருடைய திருவடிகளை வணங்கி நின்றார். இராமானுசர் அம் மன்னனை அருகில் இருத்தி, அவருக்குச் சங்கு சக்கர இலச்சினை, திருமந்திரம் முதலியவற்றை அருளி அகளங்க நாட்டாழ்வான் என்னும் தொண்டுப் பெயரை அளித்தருளி வேந்தனை நோக்கி, "அன்புடைய வேந்தனே! நீர் மன்னன் ஆகையால் உலக காரியங்கள் எல்லாம் தங்கட்கு உள்ளங்கை நெல்லிக்கனிபோல நன்கு விளங்கியிருப்பனவாகும். ஆதலின், நம்பெருமாளுக்குப் பரிசாரகர்கள் முதலியோர் புரிந்துவரும் தொண்டுகளைக் குறைவு நேராதபடி பார்த்து வருதல் வேண்டும்" என்றருளினார். அகளங்க நாட்டாழ்வார் இராமானுசரை மீண்டும் வணங்கி, "எங்கள் குரவரே, தேவரீர் இப்பொழுது அடியேனுக்குப் பணித்தருளிய தொண்டு,முன்னரே அடியேன் செய்தற்கு உரியனவாய் அமைந்த கடமைகளில் ஒன்றாகும். ஆயினும் தேவரீர் கட்டளையைத் தலைமேற் கொண்டு, மேலும் செய்ய வேண்டுவனவற்றைத் தேவரீருடைய திருவருளின் துணைகொண்டு செய்து வருவேன்" என்று கூறினான். இராமானுசர் "வாழ்க வேந்தனே! உம்முடைய செங்கோல் இடையூறின்றி இனிது நடப்பதாக. உம்முடைய ஆளுகை தண்ணளி நிறைந்ததாய் விளங்குக" என்று வாழ்த்தினார். அம் மன்னன் இராமானுசர் திருவடிகளை வணங்கி, விடைபெற்றுச் சென்றான்.

அம் மன்னன் பிள்ளை உறங்கா வில்லிதாசர் முதலிய மூவர் அன்பையும் இராமானுசர் திருவருளையும் பெற்றுப் பரமவைணவர் ஆகி, யாவரும் கொண்டாடி வணங்கும்படி விளங்கினான்.

# 6. கூரத்து ஆழ்வான்

பேரருளாளன்பொன் னடியே கதியென்று
கூரத்தாழ்வான் கொண்டுய்ந்தான் கூர் செல்லும் பேரரசு
நாரணன் பொன்னடிக்கே நாளும் உவந்தளித்துப்
பேரருளாளன் பெற்றான் புகழ்!

பெருமாள் கோயில் என்னும் திருக்கச்சிக்கு அடுத்துள்ள கூரம் என்னும் திருநகரில் சிற்றரசர் ஒருவர் இருந்தார். அவர் பெயர் தந்தர், அவருடைய மனைவியார் திருப்பெயர் பெருந்தேவி தாயகியார். அவர்களுக்கு அருமருந்தன்ன ஒரு மைந்தர் தோன்றினார். அவருக்கு அப் பெற்றோர்கள் "திருமறுமார்பன்" என்று பெயர் வைத்தார்கள். அம் மைந்தர் தென்மொழி, வடமொழிகளில் உள்ள பல நூல்களையும் கற்றுணர்ந்து, ஒப்பற்ற பெரும் புலமையாளராகி விளங்கினார். அவருடைய தந்தையார் அவருக்குத் திருமணம் செய்யக் கருதித் தம் கருத்தைச் செல்வருக்குத் தெரிவித்தார், அவர், "எந்தையிர், எனக்கு மணம் புரிந்து கொள்வதில் சிறிதும் விருப்பமில்லை. என்னை மன்னிக்க" என்று கூறிப் பேரருளாளன் திருவருளை முற்றும் பெற்று விளங்கும் திருக்கச்சி நம்பிகளுடைய அருளைப் பெற்றுப், பேரருளா ளன்பால் அன்புடையவராகி விளங்கினார். அவருடைய தந்தையார்

நந்தர், அரசாட்சியை அவருக்கு அளித்துவிட்டுத் தம்முடைய மனைவியாரோடு திருமலைக்குச் சென்று விட்டார்.

திருமறுமார்பர், பிறகு அவ் அரசை முறை வழுவுதலின்றி, ஆண்டு வந்தனர். அவர், ஒருநாள் நள்ளிரவில் நகர சோதனையின் பொருட்டு அந் நகரைச் சுற்றி வரலாயினார். அவர், அவ்வாறு கற்றி வருகையில், அந்தணர் வாழும் ஒரு தெருவை அடைந்தார். அத்தெருவில் உள்ள வீடுகளுள் ஒன்றிற் சிலர் தெருக்கதவைத் தாளிட்டுக் கொண்டு கூடிப் பேசும் ஒலி கேட்டது. "இந் நள்ளிரவில் இவ்வீட்டில் சிலர் கூடிப் பேசுதற்குக் காரணம் யாது? அதனை நாம் கேட்டு அறிவோம்" என்று எண்ணி, அவ் வீட்டின் புறச்சுவரின் ஓரமாக நின்று கொண்டு, அவர்கள் பேசுவனவற்றைக் கேட்கலானார். அவ் வீட்டில் உள்ள மறையவருள் ஒருவருக்கு அருமருந்தன்ன ஒரு பெண் பிறந்து வளர்ந்து, மணம் புரிவித்தற்கு உரிய வயதை எய்தி நின்றாள். அம் மறையவர் பெண்ணின் பிறந்த சாதகத்தைக் கண்ட சோதிடர்கள் யாவரும் "இப் பெண்ணை மணக்கும் மணமகன் உடனே உயிர் துறப்பான்" என்று கூறி விட்டார்கள். ஆதலின் அப்பெண்ணை ஒருவரும் மணம் பேசிக் கொள்ள உடன்படவில்லை. அதனால் அப் பெண்ணினுடைய பெற்றோரும் உறவினர் சிலருங் கூடினர்.

அப் பெண்ணின் தந்தையார், மற்றவர்களை நோக்கி, "என் அருமைச் செல்வி, மணம் புரிந்து கொள்ளும் பருவம் எய்தியிருக்கின்றாள். அவளுடைய பிறந்த நாளின் தன்மையை நோக்கி, ஒருவரும் அவளை மணம் புரிந்து கொள்ளச் சம்மதிக்கவில்லை. அவளோ பூப்பு எய்தும் பருவத்தை எய்தியிருக்கின்றாள். இங்ஙனம் மணம் பெறுவதற்குக் கூடாத பெண்ணால் எம்முடைய குடிக்குப் பழியுண்டாகும் அன்றோ? ஆதலின், இப் பெண்ணை முடித்துவிடக் கருதுகின்றேன். இதனைப் பற்றி நீங்கள் கருதுவதனைக் கூறுங்கள்" என்றார். அவருடைய உறவினருள் ஒருவர், "அன்புடையீர்! உலகில் பெண்களைப் பெறுகின்றவர்களுக்குப் பல இன்னல்கள் உண்டாதல் இயல்பே. வேறு எவ்வகை இன்னல் உண்டாயினும் நாம் பொறுத்துக் கொள்ளுதல் ஆகும்; ஆனால், இங்ஙனம் உலகத்தவர்கள் பழிக்கும் துன்பத்தை எங்ஙனம் பொறுத்துக் கொள்ளுதல் கூடும்? ஆதலின், எனக்கும் நீர் கூறியதே தக்கதாகிய செயல் என்று தோன்றுகின்றது" என்றார். மற்றவர்களும் அவ்வாறே கூறி விட்டார்கள்.

பிறகு அவர்கள் தங்களுக்குள் யோசித்து அதற்காக ஒருநாளையும் ஏற்படுத்திக் கொண்டார்கள். திருமறுமார்பர், அவர்கள் பேசிக் கொண்டவற்றை எல்லாம் கேட்டுக் கொண்டு, ஒருவருக்குந் தெரியாதபடி சென்று, தம் அரண்மனையை அடைந்து, தமக்குள், "ஆ! என்னே உலகினது இயல்பு! உலகில் உள்ள எல்லா உயிர்களும் எம்பெருமான் உறையும் கோவில்கள் அல்லவோ? இம் மறையவர்கள் அதனை எண்ணாமலும் இரக்கம் சிறிதும் இல்லாமலும் இங்ஙனம் முடிவு செய்தார்களே! இவர்களுடைய நெஞ்சின் கொடுமைதான் என்னே! இவர்கள் அப்பெண்ணை அப்படி முடித்துவிடாதபடி நாம் இப்போது தடுப்போமானாலும் மற்றொருகால் இவர்கள் அப்படியே அப் பெண்ணை முடித்து விடுவார்கள். இவர்கள் அங்ஙனம் எப்பொழுதுமே அப் பெண்ணை அப்படிச் செய்யாதபடி தடுத்தற்கு உரிய வழி யாது?" என்று யோசித்துப் பிறகு, "அப் பெண்ணை நாம் மணந்து கொள்ளுதலே அதற்கு உரிய வழியாகும்" என்று முடிவு செய்து, துயில் கொண்டார்.

செங்கதிர் "திருமறுமார்பர்" என்னும் அவ்வருங்குணச் செல்வரு டைய திருமுகம் போலத் தோன்றித் தன் இளங்கதிர்களை எம்மலர்களிலும் பரப்பிற்று. அறிவு உண்டாகப் பெற்றவர்கள் மனத்தினின்று அறியாமை நீங்கி விடுதல் போலச் செங்கதிர்கள் பரவுதலால், இருள் நீங்கி விட்டது. திருமறுமார்பர், தம் கடன்களை முடித்துக் கொண்டு, சில ஒற்றர்களை அனுப்பித் தன்னிடம் அப்பெண்ணின் பெற்றோர் களை அழைத்து வரச் செய்தார். அப்பெண்ணின் தந்தை மறையவர், திருமறுமார்பரை நோக்கி, "வாழ்க எங்கள் அன்புடைய வேந்தரே! தாங்கள் எங்களை அழைத்ததற்குக் காரணம் யாதோ? அதனைக் கேட்டுக் கொள்ளுகின்றேன்" என்றார். திருமறுமார்பர், அம் மறைய வரை நோக்கி, "அறிவிற் சிறந்த மறையவரே! நேற்று நள்ளிரவில் உங்கள் மனையில் நிகழ்ந்தவற்றைச் சிறிதும் ஒளிக்காமல் கூறுவீராக" என்று கூறினார். அம் மறையவர் அஞ்சித் தங்கள் உண்மையைச் சிறிதும் மறைக்காமல் கூறிவிட்டனர். திருமறுமார்பர், மறையவரை நோக்கி, "மறையவரே, கடவுள் அங்குளன் இங்கு இல்லை என்னாதபடி எங்கும் பரந்துள்ளான் என்பதை நீர் அறியீரோ? உயிர்களிடத்து இரக்கம் இல்லாத உமக்கு நற்கதி எப்படி கிட்டும்? உயிர்களிடத்து அன்பும் அருளும் இல்லாதவர்கள் மாக்கள் ஆவார்களே அன்றி, மக்கள் என்று கூறுதற்கு உரியவர்கள் ஆவார்களோ? அவை இருக்கட்டும். நாமே அப்

பெண்ணை மணந்து கொள்ள விரும்புகின்றோம்; உம்முடைய கருத்து யாதோ கூறுவீராக "என்று வினவினார். அதைக் கேட்ட அம் மறையவர் திடுக்கிட்டுக் கையை முறித்துக் கொண்டு, "மன்னரே, ஒரு பெண்ணின் பொருட்டு, மிகச் சிறந்த அறநெறி மன்னராகிய தங்கள் உயிருக்குத் தீமை நேருமாயின், நாடு முழுதும் வருந்துமன்றோ? எங்ஙனம் நன்மையை விளைக்கும்? இதனை எண்ணவும் என் மனம் இடந் தரவில்லையே! இதற்கு நான் என் செய்வேன்" என்று வருந்திக் கூறினார்.

திருமறுமார்பர், அதனைக் கேட்டு, அம்மறையவரை நோக்கி, "அன்புடையீர், நாம், கலவியை விரும்பி மணம் புரிந்து கொண்டா லன்றோ அத் தீமை உளதாவது? நாம் அங்ஙனம் கலவியை விரும்பிக் கைப்பிடிக்கக் கருதினோம் அல்லோம். எம்பெருமானுக்கு யாம் புரியும் தொண்டுக்குத் துணை புரிதற்காக அப்பெண்ணை மணக்க விரும்பி னோம். ஆதலின், அதனால் எமக்குத் தீமை யாதும் நேராது கண்டீர்" என்றருளினார். அதனைக் கேட்டு அம் மறையவரும்,அவர் மனைவி யாரும், திருமறுமார்பர் கருத்துக்கு இணங்கினர்.

## கூரத்து ஆண்டாள் திருமணம்

திருமணத்திற்கு ஒரு நன்னாள் குறிக்கப்பட்டது. அந் நாளில் திருமணம் சிறந்த முறையில் நடைபெற்றது. திருமறுமார்பர் அப் பொன்னன் னாரைக் கூடற்கு உரியவராகக் கருதி "அவள் இவள்" என்று கூறாமல் அவ் அம்மையாரை உற்ற நண்பர் எனவே கருதி, அவரைப் பற்றிப் பேசுங்கால் "அவர் இவர்" என்றே பேசுவாராயினர். அவ்அம்மையார், தம் பெற்றோரும் உறவினரும், தம்மை முடித்து விடக் கருதியதனை அறிந்திருந்தார். ஆதலின், திருமறுமார்பரை நிலைக்களம் அளிப்போன் என்று கருதி அவருக்கு வேண்டிய தொண்டுகளை அன்பு ததும்பும் மனத்தோடு புரிந்து வருவாராயினர்; அவரைத் தம் அருமைக் குரவர் ஆகவும் கருதி வழிபட்டு வந்தார். திருமறுமார்பரும் அவ் அம்மையாருக்கு அவ்வப்போது அரிய நூற்பொருள்களைக் கூறி வந்தார். அவ் அம்மையாரும் அவற்றால் மனத்தெளிவு எய்தி, உலகியல் இன்பத்தில் முற்றும் துறவு பூண்டு, அவருக்குத் தொண்டு புரிதலையே தாம் பெறுதற்கு உரிய பெரும் பேறு என ஒழுகலாயினர்.

## கிண்ணத்தின் மேல் எண்ணம்

ஒரு நாள் கூரேசர் வீற்றிருந்த கொலுமண்டபத்தின் கதவு கதிரோன் மறைந்த ஒரு யாமத்துக்குமேற் சாத்தப்பட்டது. அக்கதவு சாத்தப்படுகையில் அதில் இருந்த வெண்கலமணிகள் கணகண என ஒலித்தன. பெருந்தேவித் தாயார் அவ் ஒலியைக் கேட்டு வியப்பு எய்திப், பேரருளாளனை நோக்கி, "என் அன்பின் வடிவமானவரே, இவ்வொலி, எங்கு நின்று எழுந்தது?" என்று கேட்டார். பேரருளாளன், மகிழ்வோடு, "அன்புடையாய், இவ்வொலி திருக்கூரத்து அரண்மனைத் தலைவாயிற் கதவின்கண் உள்ள வெண்கலமணிகளின் ஒலியாகும். நம்முடைய அன்பன் ஆகிய கூரேசன் தன் கொலு மண்டபத்தின்கண் இதுகாறும் தன் கடமைகளை நடத்திக் கொண்டு வீற்றிருந்தனன் போலும்" என்று அருளிச் செய்தான். பிராட்டியார் அதனைக் கேட்டு மகிழ்வெய்தினர். பேரருளாளனுக்கும் பெருந்தேவியாருக்கும் திருவாலவட்டத் தொண்டைச் செய்து கொண்டு, அவர்கள்பால் இனிது இருப்பவர் ஆகிய திருக்கச்சிநம்பிகள், அச்செய்தியை மறுநாள் கூரேசரிடம் மகிழ்வுடன் கூறியருளினார். கூரேசர் அதனைக் கேட்டு, மனம் குழைந்து, நம் பேரருளாளனுடைய செல்வம், அயன் முதலிய தேவர்களாலும் அளவிடற்கு அரியது அன்றோ? அப் பெருமானுடைய படைப்பில் ஒரு புழுவைப் போலும் மிக அற்பன் ஆன அடியேனுடைய செல்வத்தைக் கண்டு, பெருமானும், பிராட்டியும் வியந்தார்கள் என்பது தகுதியாகுமோ? அஃது அடியேனுடைய ஆன்மாவுக்குக் கேட்டை விளைப்பது ஆகும். ஆதலின், இனி, இச் செல்வத்தை வேண்டேன்.

கம்பமத யானைக் கழுத்தகத்தின் மேலிருந்
தின்பமிகு செல்வமும் இவ்வரசும் யான்வேண்டேன்
எம்பெருமான் ஈசன் எழில்வேங் கடமலைமேல்
தம்பகமாய் நிற்கும் தவமுடையேன் ஆவேனே

என்றபடி பேரருளாளன் திருமுன் சென்று, அப்பெருமானை என்றும் வழிபட்டுக் கொண்டிருப்பேன்" என்று உறுதி கொண்டு, தம் பொருள் முழுதையும் பேரருளாளன் திருவடித் தொண்டுகட்கு உரியனவாம்படி செய்து விட்டுத் தம் மனைவியார் ஆகிய ஆண்டாள் அம்மையாருடன் அரையில் உடுத்தியிருந்த ஆடையொடு அரண்மனையை விட்டுப் புறப்பட்டுச் செல்லலானார். அப்போது கூரேசருடைய மனைவியார்

அவரை நோக்கி, "அன்புடையீர், வழியிற் பயம் உண்டோ?" என்று கேட்டார். கூரேசர், "மடியிற் கனம் இருந்தால் வழியிற் பயம் உண்டு. அவ் அம்மையார் தம்முடைய மடியில் எடுத்து வைத்திருந்த பொன் கிண்ணத்தை எடுத்துக் காட்டி, "அடியேன் இதனைத் தேவரீர் பால் அருந்துதற்கு உதவும் என்று கொணர்ந்தேன்" என்றார். கூரேசர், அதனை அவ் அம்மையார் கையினின்று வாங்கித் தரையில் எறிந்து விட்டு, "இனி வழியிற் பயம் ஒன்றும் இராது; வருக" என்றருளினார். அவ் அம்மையார் மறுமொழி ஒன்றுங் கூறாமல் இருளில் அவருடன் சென்றார்.

### ஆண்டாள் அம்மையார் மைந்தர்களைப் பெறுதல்

இங்ஙனம் எல்லாப் பொருள்களையும் துறந்து மனைவியாருடன் சென்ற கூரேசர் பெருமாள்கோயிலை அடைந்து, அங்கு எழுந்தருளி உள்ள திருக்கச்சிநம்பிகளை வணங்கி, "அடிகாள், அடியேங்கள் செய் தற்கு உரிய தொண்டு ஒன்றினைக் கட்டளை இட்டருளி, அடியேங் களுக்கு அரும்பொருள்களைத் திருவாய் மலர்ந்தருளி, அடியேங்களை உய்வித்தருளுதல் வேண்டும்" என்று வேண்டினார். திருக்கச்சிநம்பிகள், தமக்குள் "என்னே! இது பெருமாளும் பிராட்டியாரும் இவரைப் பற்றிப் பேசிக் கொண்டவற்றைக் கூறினால், இவர் மகிழ்வர் என்று கருதி யன்றோ கூறினோம். அங்ஙனம் நாம் கருதிக் கூறியவை, இவர் நிலையை மாற்றுதற்குக் காரணம் ஆயினவே!" என்று எண்ணி மிக்க மன வருத்தம் எய்திக் கூரேசரை நோக்கி, "அருங்குணச் செல்வரே, நமக்கும் நம் முன்னோருக்கும் நம் பின்னோருக்கும் நடுநாயகமணியாய் வீற்றிருக்கும் இராமானுசரை அடைந்து வழிபடுதலே இனி நீர் செய்தற்கு உரியது ஆகும்" என்றருளினார். கூரேசர், "அடிகாள்! அதற்குத் தேவரீரே, துணைபுரிதல் வேண்டும்" என்று கூறி, அவருடைய துணை கொண்டு சென்று, இராமானுசரை அடைந்து வணங்கினார். இராமானுசர் கூரேசரை அன்புடன் ஏற்று, அவருக்கும் அவர் மனைவி யாருக்கும் திருவிலச்சினை முதலியவற்றை அளித்து அவருக்குக் கூரத்தாழ்வான் என்றும் அவர் மனைவியாருக்குக் கூரத்து ஆண்டாள் அம்மையார் என்றும் தொண்டு பெயர்களை அளித்தருளினார்.

பிறகு கூரேசர், அன்பும் அருளும் நிறைந்த வைணவ மறையவர் களுடைய இல்லங்களிற் சென்று இரந்து கொணர்ந்த உணவைத்

தம்முடைய மனைவியாரும் தாமும் உண்டு வருவார் ஆயினார். அவர் சென்று இரக்குங்கால் எவரும் தாமதியாமல் உணவைக் கொணர்ந்து இடுவார். அங்ஙனம் இடுங்கால் இடுகின்றவர்கள், "தம்மை வந்து ஏற்பார் வேண்டுவனவற்றை வரையறை இன்றி, அளித்துவந்த திருக்கைகள் இன்று பிறர்பாற் சென்று ஏற்பனவாயினவே! என்னே இது! என்று எண்ணுவார்கள். அப்போது அவர்களுடைய மலர்க் கண்களில் நீர் மல்கித் ததும்பும். அவர்கள், அத்தகையதான மனத்துயரோடு மிக்க பணிவுடன் அவருக்குப் பிச்சை இடுவார்கள்.

கார்காலம் வந்தது. ஒருநாள் வானத்தில் எங்கும் கருக்கொண்டு, கறுத்த மேகம் பரவிற்று. வானம், கூரேசரும் அவருடைய மனைவியாரும் அப்பொழுது அடைந்துள்ள நிலையைக் கண்டு, ஆற்றொணாத துயரங் கொண்டு, தன் கண்ணீரை இடைவிடாமற் சொரிவது போலக் காலையி லிருந்து மாலை வரையிலும் மழைநீரைச் சொரிந்தது.

அதனால் கூரேசர், அன்று வெளியிற் செல்லவில்லை. அவரும் அவர் மனைவியாரும் அன்று உணவு இன்றி இருக்க நேர்ந்தது. ஆயினும் கூரேசர், அதனால் மனந்தளராமல் நீராடி பெருமான் திருவடிகளை விளக்கி ஒரு கனியைப் பெருமானுக்கு ஆராதித்து விட்டுத் திருவாய் மொழியை ஓதுதலையே ஆரா அமுதெனக் கொண்டு ஓதுவாராயினார். ஆண்டாள் அம்மையார் தாமும் நீராடிக் கூரேசருக்குத் தாம் உடன் இருந்து செய்தற்கு உரிய தொண்டுகளைச் செய்து கொண்டிருந்தார்.

அப்போது பேரருளாளனுக்கு அமுது ஆராதிக்கப்பட்டது. அதற்கு அறிகுறியாகத் திருச்சின்னம் ஊதப்பட்டது. அவ்வொலியை ஆண்டாள் அம்மையார் கேட்டு, "பெருந்தேவியார் நாயகரே! உம்முடைய அடியவர் பட்டினியாய்க் கிடக்க, நீர் அதனைச் சிறிதும் கருதாமல் குலாவிக் குலாவி அமுது செய்கின்றீரே, உம்முடைய பேரருளுக்கு ஏற்றது ஆகுமோ?" என்று பேரருளாளனைக் கருதிக் கூறினார். அச்சொற்கள் பேரருளாளன் செவியில் பட்டன.

உடனே அப் பெருமான், அங்கு ஓர் இடத்தில் திண்ணையில் துயில் கொண்டிருந்த உத்தமநம்பி என்பவருடைய கனவில் எழுந்தருளி, "நம்பீ! கூரேசன் இன்று பட்டினியாய் இருக்கின்றான். நீ அக்கார அடிசில் முதலிய அமுது வகைகளைக் குடை, கொடி, ஆலவட்டம் முதலியவற்றுடன் கொம்பும் சங்கும் ஒலிக்கக் கொண்டு சென்று,

அளித்துவருக" என்றருளிச் செய்தான். உத்தம நம்பியாரும் உடனே துயில் நீங்கி எழுந்து, பெருமான் தம் கனவில் எழுந்தருளிக் கூறியவற்றை எண்ணி, விரைந்து சென்று, பெருமான் அருளியபடியே, குடை, கொடி முதலியவற்றோடு கொம்பும் சங்கும் ஒலிக்கத் தளிகை அமுதைத் தன்னுடைய முடியிலேயே எடுத்துக் கொண்டு சென்று, கூரேசர் எழுந்தருளியிருக்கும் திரு மரளிகையின் அருகிற் சென்றார். கூரேசர், கொம்பும் சங்கும் ஆகிய இவற்றின் ஒலியைக் கேட்டுப் பதறி எழுந்து எதிரே சென்று, உத்தமநம்பியாரை நோக்கி, "இதுவென்ன?" என்று கேட்டனார். உத்தம நம்பியார். "அருந்தவ முனிவர்களும் போற்றற்கு உரிய பெரியீர்! இது பேரருளாளன் கட்டளை; இத்தளிகை அமுதை ஏற்றருள்க" என்று கூறினார்.

கூரேசர், அதனைப் பணிவுடன் ஏற்றுக் கொண்டு, உத்தம நம்பியாருக்குப் பல நன்றி மொழிகளைக் கூறினார். உத்தமநம்பியார், பிறகு கூரேசர்பால் விடைபெற்றுக் கொண்டு சென்றார். கூரேசர், பின் திருமாளிகைக்குட் சென்று, ஆண்டாள் அம்மையாரை அழைத்து, "அன்புடையாய்! பேரரு ளாளன் தானே இங்ஙனம் இத் தளிகை அமுதை அனுப்பியதற்குக் காரணம் யாதோ? தெரியவில்லை; நீ ஏதேனும் எண்ணினையோ?" என்று கேட்டார்.

அவ் அம்மையார், பெருமானுக்குத் தளிகை அமுது ஆராதனை ஆனதற்கு அறிகுறியாக ஊதப்படும் திருச்சின்னத்தின் ஒலியைக் கேட்டுத் தாம் எண்ணியதனைக் கூரேசர்பால் கூறினார். கூரேசர், திகைப்புற்று, "என்னே இது! நீ அங்ஙனம் நினைத்தல் தகுமோ? இத்தளிகையை வழக்கப்படி நம் இருவருக்கும் இரண்டு கூறும் நீ, இது அங்ஙனம் கருதியதனால் வந்தது. ஆதலின் அக் கருத்திற்காக ஒருகூறும் ஆக மூன்று கூறு செய்தல் வேண்டும். அவற்றுள், உனக்கு இரண்டு கூறுகள் உரியன வாகும். அவற்றை ஏற்றுக் கொள்க" என்று கூறி அத் தளிகையை மூன்று திரள்களாகச் செய்து, அவற்றுள் இரண்டு திரள்களை அவ் அம்மை யாருக்கு அருளி, ஒரு திரளைத் தாம் அமுது செய்தருளினார்.

அவ் அம்மையார்; கூரேசரை வணங்கி, அத் திரள்களைப் பெற்று அமுது செய்தார். அத் திரள்கள் இரண்டு பிண்டங்களாக மாறி, அவ் அம்மையார் கருவிற் பொருந்தின. அவ் அம்மையார் அவையே கருவாக அமையப் பெற்றுப் பத்தாம் திங்களில் இரட்டைப்

பிள்ளைகளைப் பெற்றார். கூரத்தாழ்வான், "இப் பிள்ளைகளுக்குப் பெயரிடுதல் முதலியன செய்தற்கு உடையவரே உரியவர் " என்று கூறி வாளா இருந்து விட்டார். இராமானுசர் பத்து நாளும் கடந்த இரண்டாம் நாள் கூரத்தாழ்வானுடைய திருமாளிகைக்கு எழுந்தருளி, எம்பாரை அழைத்து, நீர் சென்று அக் குழந்தைகளை எடுத்து வருவீராக" என்று அருளினார். எம்பார், அங்ஙனமே அவ் அம்மையார் பாற் சென்று, அம் மைந்தர்களை எடுத்துக் கொண்டு வருகையில் அப் பிள்ளைகளுக்குக் கண் எச்சில்படாமல் இருத்தற்காகத் துவயம் என்னும் அரிய திருமந்திரத்தை ஓதிக் கொண்டு வந்து, இராமானுசர் திருக்கைகளில் அம் மைந்தர்களைத் தந்தார். இராமானுசர், அம் மைந்தர்களின் முகஒளியை நோக்கியருளி, எம்பாரைப் பார்த்து, "அன்புடையீர் இப் பிள்ளைகளுடைய முகஒளி இவ்வுலக இயற்கைக்கு மாறான ஒளியாய் இருக்கின்றதே! இதற்குக் காரணம் யாது?" என்று கேட்டனர். எம்பார், "அம் மைந்தர்களுக்குக் காப்பாகத் துவயத்தை ஓதிக் கொண்டு வந்தேன்" என்று கூறினார்.

இராமானுசர் எம்பாரை நோக்கி, "நீர் இம்மைந்தர்களுடைய உடலின் காவலுக்கு முற்பட்டீர். ஆதலின், இவர்களுடைய உயிர்களின் உய்வுக்கும் நீரே உரியவராவீராக" என்றருளி, அப் பிள்ளைகளுக்கு ஐம் படைத் தாலியை அணிந்தருளி, அப் பிள்ளைகளுள், முதற்பிள்ளைக்குப் "பராசரபட்டர்" என்றும், இரண்டாம் பிள்ளைக்குச் சீராமப்பிள்ளை என்றும் திருப்பெயர்கள் இட்டருளினார். இப் பராசரப்பட்டரே பட்டர் என்று அனைவராலும் கூறப்படுவார் ஆயினார். இவர் பின்பு தென் மொழியினும் வடமொழியினும் பெரும்புலமை உடையவராய் யாவராலும் போற்றப் பெற்று விளங்கினர். இவரே, அஷ்டப்பிரபந்தம் என்னும் அருந்தமிழ்நூலை அருளிச் செய்த திவ்விய கவி பிள்ளைப் பெருமாள் ஐயங்காருடைய ஞானக் குரவர் ஆவர்.

கூரத்தாழ்வான் இராமானுசருடைய சீடர்களுள் முதன்மையானவராக விளங்கி யாவராலும் போற்றப்பட்டு வந்தார். அவர் தாம் திருநாட்டை அலங்கரிக்கும் காலம் நெருங்குவதை அறிந்து, ஆண்டாள் அம்மை யாரை அழைத்து, உன் கருத்தியாது என்று கேட்டருளினார். அவ் அம்மையார், "அடியேனுக்கெனத் தனியாக ஒரு கருத்து உண்டோ? தேவர் திருவுள்ளக் கருத்து எதுவோ அதுவே அடியாள் கருத்து " என்று அருளினார். கூரத்தாழ்வான் அவ் அம்மையாரை நோக்கி, "அன்புடை

யாய், என் பிரிவுக்காக நீ வருந்தற்க. இராமானுசர் திருவருளால் எனக்கு அந்தமில் பேரின்பம் எய்தும் என்பதில் ஐயம் இல்லை" என்று கூறி தம் மைந்தர்கள் இருவரையும் அழைத்து, "அருங்குணச் செல்வர்களே, நீங்கள் புலமையினும் ஒழுக்கத்தினும் சிறந்து விளங்குதலைக் கண்டு நான் மகிழ்வெய்தினேன். நீங்கள் எப்பொழுதும் உங்கள் ஞானக் குரவர் ஆகிய எம்பாரிடத்திலும், யாவருக்கும் நடுநாயகமணியாய் விளங்கும் இராமானுசரிடத்தினும் நீங்காத அன்பு உடையவர்களாய் இருங்கள். ஆழ்வார்கள் அருளிச் செயல்களை அன்புடன் பேணி, அவற்றின் பொருள்களை விரும்புவார் யாவருக்கும் நன்கு விளங்கக் கூறுங்கள். எம்பெருமான் அடியவர்களுடைய சாதியை நோக்காது, அவர்களைப் போற்றுங்கள். அன்புள்ள மைந்தர்களே உங்கள் அன்புக்கு உரிய அன்னையார் ஆகிய ஆண்டாள் சொற்களைக் கடவாமல் நடத்தலோடு ஆண்டாளை அன்புடன் பொன்னே போல் போற்றி வருவீர்களாக" என்று கூறியருளித் திருநாட்டை அலங்கரித்தார்.

கூரத்தாழ்வான் பெரிய திருமொழிக்கு அருளிச் செய்த தனியன்:

நெஞ்சுக் கிருள்கடி தீபம் அடங்கா நெடும்பிறவி
நஞ்சுக்கு நல்ல அமுதம் தமிழினன் னூற்றுறைகள்
அஞ்சுக் கிலக்கியம் ஆரணசாரம், பரசமயப்
பஞ்சுக் கனலின் பொறிபர காலன் பனுவல்களே

கூரத்தாழ்வான் திருநாள் தைத்திங்கள் அத்தம் என்னும் திரு நாள்.

# 7. கூரத்து ஆண்டாள்

அன்றாண்டாள் ஆண்டவனை ஆண்டாள்: அருங்கூரப்
பின்னாண்டாள் அம்மை பெருமானின் – மின்னாண்ட
சீர்திருத்தம் செய்தாள்; திருமாலின் பேரண்டாள்
கார்திருத்தாள் செய்தாள் பணிந்து

## ஆண்டாள் அம்மையார் மைந்தர் பட்டரை இகழ்ந்த மன்னனுக்காகப் புலம்பியது

பட்டர் காலத்தில் வீரசுந்தர பிரம்மராயன் என்ற மன்னன் ஒருவன் சிறந்து இருந்தான். அவன், கூரத்தாழ்வானுடைய சீடர்களுள் ஒருவன். அம்மன்னன், திருவரங்கத்து மதில் ஒன்றைச் செம்மையுறக் கட்டி வருகையில், "பிள்ளைப் பிள்ளை ஆழ்வான்" என்பவருடைய திருமாளிகை அம் மதிலைக் கட்டுவதற்கு உரிய ஓரிடத்தில் குறுக்காக இருந்தது. அதனால், அம் மதில் கட்டுதல் தடைபட்டது. அம் மன்னன் பணியாளரை நோக்கி, "நீங்கள், இம் மாளிகையை இடித்து விட்டு உங்கள் பணியைச் செய்து முடிப்பீர்களாக" என்று கட்டளை இட்டான்.

அதனை அறிந்த பட்டர், அவ் வேந்தன்பால் சென்று, "அன்புடையீர், நம்பெருமானுக்கு அப் பாகவதர் தம்முடைய அன்பு நிறைந்த திருவுள்ளத்துடன் பாடும் பல்லாண்டு உவப்பை அளிக்குமே அன்றி

நீர் கட்டும் மதில் உவப்பை அளிக்காது. முன்னே திருமங்கை மன்னர் மதில் கட்டுகையில் அம் மதிலைக் கட்டும் ஓர் இடத்தில் "தொண்டரடிப்பொடி ஆழ்வார்" திருமாலை கட்டு கின்ற இடம் நேர்பட அவ் இடத்தை ஒதுக்கி விட்டு மதிலைக் கட்டினார் என்னும் வரலாறு தாம் அறியாததா? நீரும் அவ்வாறே அப் பாகவதருடைய திருமாளிகையைத் தப்பவிட்டு மதிலைக் கட்டுக. நீர் அவ்வாறு செய்வீராயின் நம்பெருமானுடைய திருவருள் உம்முடைய கைப் பொருள் ஆகும் என்று கூறினார். வீரசுந்தரன், தனக்கு அங்ஙனம் கூறியவர் தன் குரவர் மைந்தர் என்பதையும் கருதாமல், அவர் சொல்லைக் கடந்து, பிள்ளைப்பிள்ளை ஆழ்வானுடைய திரு மாளிகையை இடித்துவிட்டு மதிலைக் கட்டி முடித்துப் பின்பு பட்டரைத் திருவரங்கத்தில் தங்காமல் ஓட்டிவிட எண்ணி அவருக்குப் பலவகைத் தீங்குகளைச் செய்து வரலானான். அதனால், பட்டர் கோயிலினின்று புறப்பட்டுத் திருக்கோட்டியூருக்குச் சென்றனர்; சென்றவர், கோயிலையும் பெருமாளையும் பிரிந்திருக்க நேர்ந்ததைக் கருதி, மிகவும் வருந்தி,

இருளிரியச் சுடர்மணிகள் இமைக்கும் நெற்றி
 இனத்துத்தி அணிபணமா யிரங்கள் ஆர்ந்த
அரவரசப் பெருஞ்சோதி அனந்தன் என்னும்
 அணிவிளங்கும் உயர்வெள்ளை அணையை மேவித்
திருவரங்கப் பெருநகருள் தெண்ணீர்ப் பொன்னி
 திரைக்கையால் அடிவருடப் பள்ளி கொள்ளும்
கருமணியைக் கோமளத்தைக் கண்டு கொண்டென்
 கண்ணிணைகள் என்றுகொலோ களிக்கும் நாளே"

என்று எண்ணிக் கொண்டிருக்கலானார்.

பட்டர், வருத்தத்துடன் திருக்கோட்டியூரிலே எழுந்தருளியிருக்க அவர் மனத்தைக் கலக்கினவன் ஆகிய வீரசுந்தரப் பிள்ளைப் பிரம்மராயன் என்னும் மன்னன் சிலநாள்கள் கழித்து இறந்து போனான். பட்டருடைய திருத்தாயார், ஆகிய கூரத்து ஆண்டாள் அம்மையாருக்குப் பணிபுரிந்து கொண்டிருந்த சில வைணவர்கள், அம் மன்னன் இறந்து விட்டதை அறிந்து மிக்க மகிழ்ச்சி எய்திப் பட்டருடைய பகைவன் ஒழிந்தான் என்று கூறி, அம் மகிழ்ச்சியுடன் விரைந்து வந்து அச்செய்தியை அவ்

அம்மையாருக்குத் தெரிவித்தார்கள். அவ் அம்மையார், அதனைக் கேட்டு மிகவும் வருந்திப் புலம்பினார்.

சில வைணவர்கள், அவ் அம்மையார் அங்ஙனம் புலம்புவதைக் கண்டு வியப்பும் திகைப்பும் உற்று, அவ் அம்மையாரை நோக்கி, "அன்னையீர்! பட்டரை இங்கு இருக்க வொட்டாமற் செய்யக் கருதி, அவருக்குப் பல தொல்லை புரிந்து இங்கு நின்றும் ஓட்டிய கொடியவன் இறந்து விட்டான் என்பதைக் கேட்டு மகிழவேண்டிய நீர், இங்ஙனம் புலம்புதற்குக் காரணம் என்ன? நீங்கள் இங்ஙனம் புலம்புவது எங்கட் கெல்லாம் வியப்பை விளைப்பதாய் இருக்கின்றது" என்று கூறினார்கள்.

கூரத்து ஆண்டாள் அம்மையார், அந்த வைணவர்களை நோக்கி, "பிள்ளைகாள்! நீங்கள் ஒன்றும் அறியாதவர்கள். அம் மன்னன் என் நாயகருடைய சீடர்களுள் ஒருவன். அவன் பட்டர் நம்முடைய குரவர் மைந்தர் ஆவரே. அவருக்குத் தீமை புரிவது நம் குரவருடைய திருவுள்ளத்திற்கு மாறானது ஆகுமே என்றும் நினைத்திலன்; பட்டர் சிறந்த அடியார் ஆதலின் அவர் மனத்திற்குத் துன்பம் விளைக்கின், அது, நம்பெருமாளுக்கு நம்பால் வெறுப்பை உண்டாக்குவதாகுமே என்பதையும் கருதிலன். அதனால், அவ் வேந்தன் மறுமை இன்பத்தை இழந்தவன் ஆனான். அங்ஙனம் மறுமை இன்பத்தை இழந்தவனாகி இருப்பினும், அவன் இவ்வுலகில் இருந்து இவ்வுலக இன்பத்தை யேனும் அனுபவித்துக் கொண்டிருப்பான் என்று எண்ணிக் கொண்டிருந் தேன். அவன் இறந்து விட்டான் ஆதலின், இம்மை இன்பத்தையும் இழந்தவன் ஆனான். அவன் பின்பேனும் இது, மிக்க தீமையை விளைக்கும் செயல் எனக் கருதி அதற்காக மனத்தளர்வு எய்தித் தம் குரவர் மைந்தர்பாற் சென்று, "அடியேன் அறிவின்மையாலே செய்த இத் தீமையைப் பொறுத்தருள் புரிக" என்று கேட்டுக் கொள்ளுவதும் செய்திலன். "இது தவறான செயல்" என்று எண்ணி அதற்காக வருந்தி னானும் அல்லன்; ஆதலின், அவன், இறந்தவுடன் எமனுடைய தூதர்களுடைய கையில் அகப்பட்டு வருந்துவான் அன்றோ? அருங் குணக்கடலும் இராமானுச முனிவருடைய அன்புக்கும் அருளுக்கும் உறைவிடம் ஆனவரும் மெய்யறிவுச் செல்வரும் ஆகிய என் நாயக ருடைய சீடர்களுள் ஒருவன் ஆகிய அவன் ஆன்மா, எம தூதர்களுடைய கையிலே அகப்பட்டு வருந்துமே! என்பதை எண்ண என் வயிறு எரிகின்ற விதம் உங்களுக்குத் தெரியாது" என்று கூறியருளினார். அவ்

அம்மையாருடைய மொழிகளைக் கேட்ட அவ் வைணவர்கள், அவ் அம்மையாரை வணங்கி, "அன்னையீர், தங்கள் திருவுள்ளம் இத்தகையது என்பதனை அடியேங்கள் உணராமையால் இங்கு வந்து தங்களை இவ்வாறு கேட்டோம். தங்களுக்குத் தீமை புரிந்தாரிடத்தும் இரக்கம் காட்டுவதே ஆள்வான் அருள்வழி நிற்பவர்களிடத்து அமைந்து விளங்கும் அருங்குணம் என்பதனை உணர்ந்து கொண்டோம்; எங்கள் அறியாமையால் இவ்வாறு வினவியப் பிழையைப் பொறுத்தருள் வீராக" என்று கூறி அவ் அம்மையாரை மீண்டும் வணங்கி விடை பெற்றுச் சென்றார்கள்.

### பட்டர் திருநாட்டை அலங்கரித்தல்

பட்டர், பெருஞ்செல்வத்தையும் அளவிடற்கு அரிய அறிவுச் செல்வத்தையும் பெற்று விளங்கித் தம்மை அடைந்தவர்கட்கு எல்லாம் நுண்பொருள் நூல்களின் அரும்பொருள்களை அருளிச் செய்து கொண்டு பெருமலை உச்சியில் வைக்கப்பட்ட பெருவிளக்குப் போல விளங்கி யாவராலும் போற்றப்பட்டு விளங்குகையில் பெருமான், பட்டரை பரமபதத்தின் உள்ள நித்தரும், முத்தரும் கேட்டு மகிழும்படி செய்யக் கருதி அவரைப் பரமபதத்துக்கு அழைத்துக் கொண்டருளினனோ? என்று கருதும்படி அவருக்குப் பரமபதத்தை அருளினான். கோயிலில் உள்ள முதலிகள் எல்லோரும் பட்டர் பரமபதத்தை அலங்கரித்ததை அறிந்து பெருந்துயர் எய்திப் புலம்பினார்கள். ஆனால், அவர் அன்னையார் கூரத்து ஆண்டாள் அம்மையார் உடையவன் உடைமையைக் கைக்கொண்டால் நாம் வெறுக்கலாமோ? என்று கூறி சிறிதும் மனக் கலக்கம் எய்தாமலும் கண்ணீர் விடாமலும் இருந்தார்.

பட்டருடைய தம்பியார் ஆகிய சீராமப்பிள்ளை, ஆற்றொணாத துயரம் எய்தி வருந்திப் பட்டருடைய திருவடி சம்பந்தம் பெற்றவர்கள் ஆகிய முதலிகளுடன் கூடச் செய்வன செய்து, திருச்சின்னங்களும் சங்குகளும் ஒலிக்கவும், தமிழ்மொழி வடமொழி மறைகள் முழங்கவும், அடியவர்கள் சூழ இருந்து போற்றி மலர்மாரி சொரியவும், பட்டருடைய திருமேனியைக் கொண்டு சென்று திருப்பள்ளிப்படுத்தினார்.

பிறகு அவர் வீட்டுக்கு வந்து, வீடு அழகு அழிந்து வெறிச் சென்று இருத்தலைக் கண்டு, துயரம் எய்தி, "அடியேனுடன் பிறந்து அடியேனுடன் பாலுண்டு ஒக்க வளர்ந்து அடியேனுக்கு உற்றதுணையாய்

விளங்கிய எங்கள் குலமணியே! என்னை விட்டுப் பிரிந்து செல்ல எங்ஙனம் மனம் துணிந்தாய்? கற்க வேண்டிய நூற்கடலைக் கடந்து கற்றோர்களும் போற்றற்கு உரிய மெய்யறிவு செல்வத்துடன் விளங்கிய பெருமானே! உன் திருமுகத் தாமரையின் பொலிவைக் கண்டு களிக்கும் நாளும் அடியேற்கு இனி வாய்க்குமோ? பெருமாள் குமாரன் என்னும் பெருமையைப் பெற்று விளங்கின பெரியோனே, உன் அன்பும் அருளும் நிறைந்த மொழிகளைக் கேட்டதற்கு உரிய நாளும் அடியேற்கு இனி வாய்க்குமோ? அன்புடையோனே! நீ கூறும் அரிய நுண் பொருளைக் கேட்டு மகிழ்ந்து வந்த அன்பர்கள் உன் பிரிவை எவ்வாறு ஆற்றிக் கொண்டிருப்பார்கள்? நம் தந்தையார் உன்னுடைய கலையறிவையும் நுண்மதியையும் நேரிற் கண்டுகளிக்க உன்னைத் தம்மிடம் வரவழைத்தனரோ? அடியேனுக்கோ உன் பிரிவால் உலக நலங்கள் யாவும் போய்விட்டாற் போல் தோன்றுகின்றனவே! அடியேன் இத் துயரை எங்ஙனம் ஆற்றுவேன்" என்று கூறிப் புலம்பலானார்.

அவருடைய அன்னையார் ஆகிய கூரத்து ஆண்டாள் அம்மையார் அதனைக் கண்டு, "இவன், மெய்யறிவுச் செல்வர் ஆகிய ஆழ்வானுடைய மைந்தன் ஆகப் பிறத்தற்குத் தக்கவன் அல்லன்" என்று கூறிச் சீராமப் பிள்ளையை நோக்கிப் "பிள்ளாய்! உன் தமையன் அழிவில் இன்பத்ததாகிய அந்தமில் வீடு பெற்றமை கண்டு, மனம் பொறாமல் பங்காளித் தன்மையைக் காட்டுகின்றனையோ? நீ இப்படிச் செய்தற்குக் காரணம் யாது?" என்று வெறுத்துக் கூறினார். சீராமப் பிள்ளை உடனே துணுக்குற்று எழுந்து, தம் துயரம் முழுதையும் ஒழித்துவிட்டு, அவ் அம்மையார் திருவடிகளை வணங்கி, "அன்னையீர், தவறு செய்தேன்; பொறுத்தருள்க" என்று வேண்டிக் கொண்டு பட்டருக்குப் பின் செய்தற்கு உரியவற்றைச் செய்து முடித்து அடியவர்களை அமுதளித்து ஆராதித்தார்.

# 8. பெரிய திருமலை நம்பிகள்

அய்யன், அனந்தன்நல் ஆரா அமுதனின்
மெய்யன்பன் நாலாயிரம் மீதில் – செய்ய
சிறப்பறிந்த மூர்த்தி பெரிய திருமலை நம்பி
மறப்பறியா மாலியத்தினான்.

## பெரியதிருமலை நம்பிகள் திருமலைக்குச் செல்லுதல்

ஆளவந்தார் ஒருகால் திருவாய்மொழியின் ஈடு முப்பத்தாறாயிரப்படி பேருரையை அடியவர்கட்கு அருளிச் செய்து வரலானார். அங்ஙனம் அந்த உரையை அருளிச் செய்கையில்,

சுமந்து மாமலர் நீர்சுடர் தூபங்கொண்டு
அமர்ந்து வானவர் வானவர் கோனொடும்
நமன்றெ ழுந்திரு வேங்கடம் நங்கட்குச்
சமன்கொள் வீடு தருந்தடங் குன்றமே

என்னும் பாசுரம்வர அதற்குப் பொருள் கூறத் தொடங்கி, அவையின் கண் உள்ள முதலிகளை நோக்கித் திருமலைக்குப் பரந்தாமத்தில் இருப்பார்க்கும் இவ்வுலகில் இருப்பார்க்கும் ஒக்க முகங்கொடுத்துக்

கொண்டு நிற்கின்ற ஏற்றம் உண்டு. அங்ஙனம் ஆகிய திருவேங்கடத்தின் எழுந்தருளியிருக்கும் அப்பனுக்குத் திருமஞ்சனத்திற்கு நாள்தோறும் ஒரு குடம்நீர் கொணர்ந்து கொடுத்து அப்பனை உவப்பிக்கும் தொண்டினைச் செய்தற்குச் செல்வார் இக்குழுவிலே யாரேனும் உளரோ? என்று கேட்டருளினார். உடனே பெரிய திருமலைநம்பிகள் எழுந்து ஆளவந்தாரைப் பணிந்து நின்று, "அடிகாள், திருமலையிலே எழுந்தருளியிருக்கும் அப்பனுக்குத் தேவரீர் பணித்தருளிய தொண்டினைப் புரிதற்கு அடியேனை உதவத் திருவுள்ளம் கொண்டருள்க" என்று கூறினார். ஆளவந்தார் மனம் உவந்து பெரிய திருமலைநம்பிகளை வாழ்த்தி, விடை கொடுத்து அவரைத் திருமலைக்கு அனுப்பியருளினார். பெரிய திருமலைநம்பிகள் திருமலைக்குச் சென்று, அப்பனை வணங்கி, மகிழ்ந்து, அன்று முதல் நாள்தோறும், கோயிலுக்குக் கூப்பிடும் தொலைவில் உள்ள பாப விநாசனி அருவித் துறைக்குச் சென்று, நீர் கொணர்ந்து, அப்பன் திருமஞ்சனத்திற்குக் கொடுத்து வரலானார்.

## பெரியநம்பிகளுக்கு வருத்தம் நீங்க அருகிலே ஒரு குளம்

இங்ஙனம் பெரிய திருமலைநம்பிகள் ஒருநாள் மேற்கூறப்பட்ட "பாபவிநாசனி" என்னும் நீர்த்துறைக்குச் சென்று அப்பன் திருமஞ்சனத்திற்காக நீர் முகந்து கொண்டு திரும்பிவருகையில் மிக்க வன்மை உடையன் ஆகிய ஒரு வேடன் அம்பறாத்தூணியைத் தோளிலே இட்டுக் கொண்டு, கையில் வில்லை ஏந்தி அவர் கண்ணுக்குத் தெரியதக்கனவாகிய சுற்றுப்பக்கங்களில் உலவி, ஏதோ தன் தொழிலைச் செய்து கொண்டிருந்தான். அவ் வில்லியின் வடிவில் உயர்ந்த ஆடவர்கட்கு உரிய எல்லா நல் இலக்கணங்களும் அமைந்து பொலிந்தன. அவனுடைய திருமுக மண்டலம், எழிலுடன் ஒளிவீசிக் கொண்டு விளங்கியது. அவனுடைய நடை மிடுக்காக இருந்தது. அவனுடைய நோக்கம் மிக்க பெருமிதம் ஆகிய நோக்கம். பெரிய திருமலை நம்பிகள் அவ் வில்லியினுடைய எழிலை நோக்கிக் கொண்டே நடக்கலானார். அங்ஙனம் நடப்பவர் தமக்குள் இவ் வேடன்பால் ஒப்பு அரிய அழகு அமைந்திருக்கின்றதே! இவன் வேடன்தானோ? வேடர்களுள் இத்தகைய அழகு உடையவர்களை நாம் இதுகாறும் கண்டதில்லையே! இவன் அப்பனைச் சேவிக்க விழைந்து இங்ஙனம் வேட்டுவ உருவந்

தாங்கி வந்துள்ள ஒரு தேவன் தானோ? முன்னே குணநலங்களிற் சிறந்த குகப் பெருமான் என்பார் வேடர் குலத்தில் தோன்றி விளங்கினார் என்று அறிந்துள்ளோம். ஆ! இன்றோர் அருமையான காட்சியைக் கண்டோம் என்று எண்ணிக் கொண்டே நடக்கலானார்.

அங்ஙனம் எண்ணிக் கொண்டு நடக்கும் பெரிய திருமலைநம்பிகள் தன் அருகில்வர, அந்த வேடன் விரைந்து அவர் எதிரில் வந்து, அவரை நோக்கி, "தந்தையே! எனக்கு மிக்க நீர்வேட்கை உண்டாய் இருக்கின்றது. ஒரு கை நீர்வார்த்து என் தாகத்தைப் போக்கி என்னைக் காக்க வேண்டும்" என்று கூறி வேண்டினான். பெரிய திருமலைநம்பிகள் "பிள்ளாய், இது, திருவேங்கடத்து அப்பன் திருமஞ்சனத்திற்காகக் கொண்டு போகும் தீர்த்தம் ஆயிற்றே! இதிலிருந்து உனக்கு எப்படி உதவலாகும்?" என்றார். வேடன், "எனக்கு உதவினால் அப்பெருமான் தனக்கு உதவிய தாகவே கொண்டு மகிழ்வு எய்துவான்" என்றான். பெரிய திருமலை நம்பிகள், "பிள்ளாய், ஒருவர், பிறர் துன்பங் கண்டு இரங்கி அவர்க்கு வேண்டுவன அளித்து உதவிபுரிதலைக் காணின் அப்பன் அங்ஙனம் உதவிபுரிந்தவர்பால் மிக்க அன்புடையவன் ஆகி, அவ் உதவியைத் தனக்குப் புரிந்ததாகவே கொண்டு மகிழ்வு எய்துவான் என்பர் பெரி யோர். அதனையே நீயும் கூறினாய். ஆனால், அதற்கு எங்கள் குரவர் கட்டளை இல்லையே! நான் என் செய்வேன்" என்று கூறிவிட்டு மேலே நடக்கலானார்.

வேடன் அவருக்குத் தெரியாமல் அவரைப் பின் தொடர்ந்து சென்று, தன் கையில் உள்ள வில்லில் அம்பைப் பூட்டி எய்து, அவ் அம்பாலே அக் குடத்தைத் துளைத்து, அத்துளையின் வழியாக அக்குடத்திலே இருந்த நீர் முழுவதையும் பருகினான். அதனால், குடத்தின் கனம் குறைவுபட பெரிய திருமலைநம்பிகள் அக் குடத்தை இறக்கிப் பார்த்து, அக் குடத்தில் நீர் சிறிதும் இன்றி இருத்தலைக் கண்டு வியப்புற்று, அவ் வேடனை நோக்கி, "பிள்ளாய், நான் இந்நீரை, அப்பன் திருமஞ்சனத் திற்காகக் கொண்டு செல்வதாகும்" என்று கூறியும் நீ சிறிதும் அஞ்சாது குடத்தைத் துளைத்துக் குடத்திலிருந்த நீர் முழுதையும் குடித்துவிட்டு என்னைப் பரிகசிக்கின்றனையே! இது தகாச் செயல் என்று உனக்குத் தோன்ற வில்லையோ? உன்னையன்றிப் பிறர் எவரும் இச் செயலைச் செய்யத் துணிவு கொள்ளார். நீ இத் திருமலையில் உறைபவனாக இருந்தும் இச் செயலைச் செய்யத் துணிந்தனையே! அதுதான் எனக்கு வியப்பைத் தருகின்றது. இப்பொழுது நான் மீண்டும் அத் தீர்த்தத்

துறைக்குச் சென்று நீர் முகந்து கொண்டு வரலாம் என்றால் அதற்குள் அப்பன் திருமஞ்சன வேளை தவறிப் போகுமே! இதற்கு நான் என்ன செய்வேன்? ஒன்றும் தோன்றவில்லையே! நீ எவ்வளவு இடர்ப்பா டான செயலைச் செய்து விட்டாய் பிள்ளாய்" என்று கூறிவிட்டு மறுபடியும் நீர் முகந்து வரத் திரும்பினார்.

அவ் வேடன் புன்னகை புரிந்து பெரியதிருமலை நம்பிகளை நோக்கித் "தந்தையே! தாங்கள் இம் முதிய வயதிலே நாள்தோறும் மிகச்சேய்மை இடத்தில் உள்ள நீர்த் துறைக்குச் சென்று வருதல் தங்களுக்கு மிக்க வருத்தத்தைத் தருவதாம். ஆதலின், நான் அருகிலேயே ஒரு சிறந்த குளத்தை உண்டாக்கிக் கொடுக்கின்றேன். அதனால் தங்களுக்குச் சேய்மையில் சென்றுவரும் வருத்தம் தீரும்" என்று கூறித் தன்கையி லுள்ள வில்லை வளைத்து அதில் அம்பைப் பூட்டி அத் திருமலையின் குவடுகளுள் ஒரு குவட்டின் உச்சியிலுள்ள ஒரு பாறையின் நடு இடத்தை இலக்காகக் கொண்டு எய்தான். அப் பாறையினின்று நீரானது, அப்பன் ஓங்கி ஓர் அடியை வானுலகின் நீட்டிய போது அத் திருவானம் பிளவுறப் பெருகிவந்த கங்கை நீர் வெள்ளம் போலப் பெருகி வரலாயிற்று. பெரிய திருமலை நம்பிகள் அதனைக் கண்டு வியப்பெய்தி, "அப்பனே இவன் என்பதில் ஐயுறவு இன்று. அவன் செய்வன செய்து கொள் ளட்டும். அவன் செயலுக்கு மாறாக நாம் செய்வன உளவோ?" என்று கருதி அப்பனைத் தம் திருவுள்ளத்தில் கொண்டு, தம்மை மறந்து இருந்தனர். அப்போது திருவின் காதலன் தன்மார்பின் கண் மலர்மகள் பொருந்தியிருக்கத் தாமரை மலர்கள் பூத்துத் தன் கண் மின்னற்கொடி படரப் பெற்ற நீலமலை ஒன்று ஒரு பொன்மலை மீது இவர்ந்து வருவது போலக் கருடன் மீது இவர்ந்து வந்து சேவை அளித்தருளினான். பெரிய திருமலை நம்பிகள் அப்பெருமானைச் சேவித்துக் களிப்புக் கடலில் மூழ்கி,

அறியாக் காலத்துள்ளே அடிமைக்கண் அன்புசெய்வித்
தறியா மாமாயத் தடியேனை வைத்தாயால்
அறியாமைக் குறளால் நிலம்மாவலி வேண்டியென்
அறியாமை வஞ்சித்தாய் என தாவியுள் கலந்தே.

என்று பலவிதமாகப் போற்றி வணங்கினார். அப் பெருமான் அவரை நோக்கி, "அன்புடையாய், இந்நீர் நமக்கு உவப்பானது ஆகும். இனி நமக்கு இதனினின்றே நீர் கொணர்ந்து கொடுப்பாயாக" என்று கூறி

மறைந்தருளினான். அன்று முதல் அத்தீர்த்தத்திற்கு "ஆகாயகங்கை" என்னும் பெயர் வழங்குவதாயிற்று. அப்பன் வேட்டுவ வடிவம் கொண்டு வந்து அவரைத் தாதா என்று அழைத்ததனால் அது முதல் அவருக்குத் தாதாசாரியர், தாதாதேசிகர் என்னும் பெயர்கள் வழங்குவன வாயின.

பெரிய திருமலைநம்பிகளுக்குப் பூமிப்பிராட்டியார் பெரிய பிராட்டியார் என்னும் திருப்பெயர்களை உடைய இருவர் உடன்பிறந்த பெண் பிள்ளைகள் இருந்தனர். அவர்களுள் பூமிப் பிராட்டியார் என்பவர் திருப்பெரும்பூதூரில் பல்கலைக் குருவாய் எழுந்தருளி இருந்த அசூரி - கேசவப்பெருமாள் என்பவருக்கு மணம்புரிவிக்கப் பெற்றனர். அவருடைய திருவகட்டில் நின்றுதான் வைணவ சமயத்தைப் பலபடி யாக வளர்த்தவரும் ஆழ்வார் வழிக்குரவர்களுக்குள் நடுநாயக மணி போல் விளங்குகின்றவரும் ஆகிய இராமானுச முனிவர் அவதரித்தனர்.

பெரிய பிராட்டியார் என்னும் பெயரைக் கொண்டவர் மழலை மங்கலத்தில் அரும்புலச் செல்வர் ஆக விளங்கி இருந்த கமலநயனப் பட்டர் என்பவருக்கு மணம்புரிவிக்கப் பெற்றார். அவர் வயிற்றினின்று ஓர் அருமருந்தன்ன மைந்தர் தோன்றினார். அவருக்கு "கோவிந்தன்" என்னும் திருப்பெயர் இடப்பட்டது. இவர் பிறகு இராமானுசருடைய அருளைப் பெற்று அவருடைய சீடர்களுள் ஒருவர் ஆகி எம்பார் என்னும் திருப்பெயர் பெற்று விளங்கி ஓரான்வழியாக வந்த வைணவக் குரவர்களுள் இராமானுசருக்கு அடுத்தவராய்ப் பொலிந்து விளங்கி னார்.

இவர் பிறந்த மாதம் நாளும் வைகாசித் திங்கள், சோதி நாள்.

வைகாசிச் சோதிநாள் வந்துதித்தான் வாழியே
வண் திருவேங்கடமுடையான் வரசுத்திரன் வாழியே
அய்யன் திருஆளவந்தார் அடிதொழுவோன் வாழியே
அனவரதம் மலைகுனியர்க்கு அடிமைசெய்வோன் வாழியே
மெய்யனி ராமானுசாரியன் விரும்புபவன் வாழியே
மிக்கதிருமலையார்க் கெல்லாம் மேலாவான் வாழியே
செய்யதமிழ் வேதத்தின் சிறப்பறிந்தோன் வாழியே
திருமலை நம்பிகள் உபயதிருவடிகள் வாழியே!

## 9. வேதாந்த தேசிகர்

### தேசிகர் பிறப்பு

செஞ்சொல் தமிழ்மறைகள் சீருலகில் ஓங்கவே
அஞ்சப் பலசமயம் மாற்றவே – மிஞ்சத்
திருமாலை – மாயோனைத் தேசிகனே சொல்லின்
அருமாலை ஆக்கினான் ஆண்டு.

சான்றோர்கள் நிரம்பி உள்ள தொண்டை நாட்டின் தலைநகராய் உள்ளதும், முத்தி நகரங்கள் ஏழினுள் ஒன்றானதும் "நிறைந்தசீர் நீள்கச்சி" என்று பேயாழ்வாராற் போற்றப்பட்டதும் ஆகிய திருக்கச்சியில், "புண்டரீகாட்ச யச்சுவா" என்னும் ஒரு மறையவர் இருந்தார். அவர் குலத்தைத் தூப்புல்குலம் என்பர். அவர் பலகலைகளையும் நன்கு கற்றுணர்ந்தவர். மாயோன் தாள்மலர்களை என்றும் மறவாதவர்; ஒழுக்கத்திற் சிறந்த பெரியார். அவருக்கு ஓர் அருமை மைந்தர் தோன்றினார். அவர் அம்மைந்தருக்கு "ஆனந்தசூரி" என்னும் பெயரை இட்டார்.

அச் செல்வ மைந்தர் ஐந்தாம் ஆண்டிற் கல்வி கற்கத் தொடங்கி முன்னே கற்க வேண்டியவற்றைக் கற்றுப் பிறகு வடமொழியில் உள்ள

வியாகரணம், தர்க்கம், கணிதம், வேதம், வேதாந்தம் முதலிய கலைகளை நன்கு பயின்று, சிறந்த புலமை உடையவராய் மணம் புரிந்து கொள்ளுதற்கு உரிய பருவம் எய்தி காமனைப் போற் பொலிந்து விளங்கினார்.

அவன் தந்தையார், புண்டரீகாட்ச யச்சுவா, தம் மைந்தரின் பருவப் பொலிவையும், கலை அறிவையும் கண்டு, அவருக்குத் தக்க பெண் மணியைத் தேடி மணம் புரிவிக்க வேண்டும் என்று எண்ணி, "தக்க பெண்மணி யார்?" என்று மனத்தில் ஆராய்வாராயினார்.

அப்போது வேதம் முதலிய நாலாயிரத்தின் உரைகளையும் நன்கு கற்றவரும் இராமானுச தரிசனத்தை வளர்த்து வருகின்றவர்களுள் ஒருவரும் ஆகிய அப்புள்ளார் என்னும் திருப்பெயரை உடையவர் ஒருவர் இருந்தார். அவருக்கு தோதாரம்மாள் என்னும் திருப்பெயரை உடைய தங்கையார் ஒருவர் இருந்தார்.

தம் மைந்தருக்கு ஏற்ற பெண்மணி யார்? எனத் தேடிக் கொண்டிந்த புண்டரீகாட்ச யச்சுவா என்பவர் அப் பெண்மணியாரே தம்முடைய மைந்தருக்குத் தக்க மாதர் நல்லார் என முடிவு செய்து அப்புள்ளாரிடம் சென்று கருத்தைத் தெரிவித்தார். அப்புள்ளார், அவரை நோக்கி, "நான் நினைத்து நாளை தங்கட்கு விடை கூறுகின்றேன்" என்று உரைத்து அவரைப் போற்றி தக்க இடத்தில் தங்கியிருக்கச் செய்தார். அன்று இரவு இத் திருமணச் செய்தியில் பேரருளாளன் திருவுள்ளம் யாதோ? என்று எண்ணி, அப் பெருமானைப் போற்றிப் பணிந்து, பின் துயில் வாராயினர், பேரருளாளன், அவர் கனவில் தோன்றி, "அன்பனே! நின் தங்கையின் வயிற்றினின்று இராமானுச தரிசனத்தை பேணி வளர்த்தற் குரிய அரும்புல மைந்தன் தோன்றுவான். நின் தங்கையை அனந்த சூரிக்கு மணம் புரிவிப்பீராக" என்றருளினான்.

அப்புள்ளார் விடியலில் எழுந்து, தம் கனவில் பேரருளாளன் அருளியதை எண்ணி தாம் கூறியபடி புண்டரீகாட்ச யச்சுவா என்பவரை நோக்கி, "அன்புடையீர், உம்முடைய விருப்பம் முற்றும். அதில் தாங்கள் ஐயம் வேண்டா" என்று கூறி நன்னாளில் அவ்விருவருக்கும் மணம் புரிவித்தார். பிறகு நெடுமால் இராமானுசருடைய தரிசனத்தை மேன்மேலும் வளர்க்கத்தக்க ஒரு மைந்தனைத் தோற்றுவித்து அவருக்கு உதவிப்புரியக் கருதி ஒருநாள் இரவில் அனந்தசூரிகள் கனவில் தோன்றி,

"அன்பனே! நீ திருவேங்கட மலைக்கு வருக. நாம் உனக்கு ஓர் அருமை மைந்தனை அளிக்கின்றோம்" என்று கூறி அருளினான். அனந்த சூரிகள் காலையில் எழுந்து தம் கனவிலே கண்டதைத் தம்முடைய இல்லக் கிழத்தியாருக்குக் கூறினார்.

அவ் அம்மையார் அவரை நோக்கி, "அன்புடையீர்! இரவு அடியேன் கனவில் ஒரு மலர்க் குழல் மாதர் தோன்றி, அன்புடையாய்! நீ திருமலைக்கு வருக என்று கூறியருளினார். அவர் அலர்மேல் மங்கை யாரேயாவர் என்று கருதுகின்றேன்" என்று கூறினார். அனந்த சூரிகள் அதனைக் கேட்டு, மகிழ்ச்சி மிக்கவராய் அவ் அம்மையாரோடு உடனே புறப்பட்டுத் திருவேங்கடத்தை அடைந்து, அப்பனையும், எம்பெரு மானாரையும் சேவித்து வணங்கி, அன்று இரவு அங்கு ஓர் இடத்திலே துயில் கொண்டார்கள். அனந்த சூரிகள் அன்று இரவில் ஓர் அரிய கனவைக் கண்டனர். அவர் மறுநாள் தம் மனைவியாரை நோக்கி, "அன்புடையாய், நான் இரவு வியக்கத்தக்க ஒரு கனவைக் கண்டேன்; அதனைக் கூறுகின்றேன்; கேள்: எழிலும் ஒலியும் மிக்கான் ஆகிய ஒரு வைணவ வாலிபன் கோயிலினின்று புறப்பட்டு நம்மிடம் வந்து, என்னை நோக்கி, "அனந்தசூரி, உமக்கு நாம் ஒரு பிள்ளையைத் தருகின்றோம்; பெற்றுக் கொள்ளும்" என்று கூறினான். நான் கையை ஏந்த அவர் ஒளிமிக்கதும், அழகியதும் ஆகிய ஒரு மணியைக் கொடுத் தார். நான் அதைப் பெற்றுக் கொண்டு உன் கையிற் கொடுத்தேன். நீ அதனை விழுங்கி விட்டாய். இந்தக் கனவு எனக்கு மிக்க வியப்பாய் இருக்கின்றது" என்றார்.

அவ் அம்மையார் அவரை நோக்கி, "நானும் அவ்வாறே கனவு கண்டேன். இக் கனவு நம் இருவருக்கும் ஒரே விதமாகத் தோன்றி இருத்தலின் இது தக்கதொரு பயனை அளிக்கும் என்றே எண்ணு கின்றேன்" என்று கூறினார்.

பிறகு அருச்சகர் வந்து, கோயில் கதவைத் திறந்து, உள்ளே சென்று திருமணியைக் காணாமல் திகைப்புற்று அதனை அதிகாரிகளுக்கு அறிவித்தார். அதிகாரிகள் சிலர் சேர்ந்து அங்குப் பணி செய்பவர்களுள் சிலர்பால் ஐயம் கொண்டு அவர்களைத் தண்டிக்கக் கருதிக் கொண்டிருந் தனர். அப்போது திருமலை சீயர் அங்கு வந்து, "யாரோ திருமணியை அனந்தசூரிக்குக் கொடுத்தாற் போல இரவு கனாக்கண்டேன்" என்று

கூறினார். உடனே அதிகாரிகள், அனந்தசூரிகளை அவருடைய மனைவியாருடன் வருவித்து வினவ அவர்கள் இரவு தாங்கள் கண்ட கனவைக் கூறினார்கள். அதிகாரிகள் அவர் கூறியதை நம்பாமல் அவர்களிடம் ஐயம் கொண்டார்கள்.

அப்போது திருவேங்கடத்து அப்பன் அச்சீயர் மீது ஆவேசித்து அதிகாரிகளை நோக்கி, "அதிகாரிகளே! அவர்கள் கூறியவையாவும் உண்மை. நாமே அத் திருமணியை இராமானுசர் தரிசனத்தை நன்கு வளர்த்தற்கு உரிய ஒரு மைந்தனை அவர்களிடமாக உண்டாக்குதற் பொருட்டு அவர்கள்பாற் செல்லச் செய்தோம். அங்ஙனம் நாம் அம் மணியை அவர்கள்பாற் செல்லும்படி செய்தசெயலே அவர்களுக்குக் கனவின் வடிவமாகத் தோன்றியது. நாமே அவர்களுக்கு அச்செயல் அக் கனவாகத் தோன்றச் செய்தோம். அவர்கள்பால் சிறிதும் ஐயறவு கொள்ளாதீர். நாம் அங்ஙனம் செய்ததற்கு அறிகுறியாக இன்று முதல் நமக்கு பூசை புரிகையிலே, பூசை புரிவோர் கைம்மணி சேவித்தலை நிறுத்திப் பெரிய நிலைமணியைச் சேவிக்கக் கடவர்" என்று அருளிச் செய்தான்.

அதிகாரிகள் அனந்தசூரிகளையும், அவருடைய இல்லக்கிழத்தியாரையும் நோக்கி, "அப்பன் திருவருளைப் பெற்று விளங்கும் அருங் குணச் செல்வர்களே! நாங்கள் அப்பன் திருவுள்ளத்தை அறியாமையால் உங்கள் பால் ஐயம் கொண்டோம்; எங்கள் குற்றத்தை மன்னித் தருளுங்கள்" என்று வேண்டி வணங்கினார்கள். அனந்தசூரிகள் அவர்களை நோக்கி, "அறத்துறைச் செல்வர்களே! எம்பெருமானுடைய திருவருட் செயலின் தன்மையை அயன் முதலிய தேவர்களும் அறியார்கள் எனின், நம்மால் அறிதல் கூடுமோ? அதற்காக நீங்கள் மனக்கலக்கம் கொள்ளுதல் வேண்டா. உங்கள் அன்பு வாழ்க" என்று கூறிப் பிறகு திருமலை அப்பனை வணங்கி சடகோபம், துளவு, நீர் முதலியன பெற்றுக் கொண்டு, அனைவரிடமும் விடைகொண்டு சென்று பெருமாள் கோயிலை அடைந்தார்கள்.

அன்று முதல் தோதாரம்மையார் கருவுற்று விளங்கினார். அங்ஙனம் கருவுற்ற அவ் அம்மையார் சுக்கில ஆண்டு, புரட்டாசித் திங்கள், வளர்பிறைத் தசமிதிதி, திருவோண நாள், புதன்கிழமை கூடின நல்லோரையில் ஓர் அருமருந்தன்ன மகனை ஈன்றார். தம்முடன்

பிறந்தார் ஆகிய அவ் அம்மையார் அவ்வரிய மகவை ஈன்ற செய்தியைக் கிடாம்பி அப்புள்ளார் கேள்வியுற்று, அவர்கள் மாளிகைக்கு வந்து அம்மைந்தரைத் திருக்கண்கள் குளிர நோக்கி செய்ய வேண்டுவனவற்றை முறைப்படி செய்து அம்மைந்தர் திருவேங்கடப் பெருமான் திருவருளாலே தோன்றினார் ஆதலின் அவருக்குத் திருவேங்கடமுடையான் என்னும் திருப்பெயர் இட்டு அம்மகவுக்குக் காப்பு ஆகத் திருவிலச்சினை இட்டருளி, செய்வன செய்வித்து அம் மைந்தரை எடுத்துக் கொண்டு பெற்றோருடன் சென்று, பெருந்தேவித் தாயார் திருவருளை முன்னிட்டுக் கொண்டு பேரருளாளனைச் சேவிக்க லானார். அப்போது பேரருளாளன், அருச்சகர் மேல் ஆவேசித்து, "இம் மைந்தன் நம்முடைய இராமானுசன் போல் நம்முடைய தரிசனத்தை வளர்த்தற்கு உரியவன் ஆகக்கடவன்" என்று அருளிச்செய்தான். பிறகு அப்புள்ளார் முதலியவர்கள் சடகோபம் நீர் முதலியவற்றைப் பெற்றுக் கொண்டு திருமாளிகைக்கு வந்தார்கள்.

## தேசிகர் கற்பன கற்றல்

திருவேங்கடமுடையார், ஐந்தாம் ஆண்டிற் கல்வி கற்கத் தொடங்கிக் கற்று வருகையில் தம் மாதுலர் ஆகிய அப்புள்ளாருடன் நடாதூர் அம்மாள் நூற்பொருள்களைத் திருவாய் மலர்ந்தருளிக் கொண்டிருக்கும் அவையிற் சென்று, நடாதூர் அம்மாளைச் சேவித்து நின்றார். அவர் இம்மைந்தருடைய திருமுகப் பேரொளி பொலிவைக் கண்டு மகிழ்வுற்றிருக்கையிலே வடக்குத் திருவீதிப் பிள்ளை என்பார், "இம்மைந்தர் யார்" என்று வினவினார். அப்புள்ளார், "இவர் நம்முடைய உடன் பிறந்தாள் மைந்தர்; இவர் தூப்புல் குடியில் தோன்றினமையின், இவரைத் தூப்புல் பிள்ளை என்று கூறுவர்" என்றார். பிறகு அங்ஙனம் அம் மைந்தரை நோக்கி மகிழ்ந்திருந்த நடாதூர் அம்மாள் அவையில் உள்ள முதலிகளை நோக்கி, "நாம் இப்பொழுது கூறிவந்த நூற்பொருளிலிலே விட்ட இடம் யாது?" என்று வினவினார்.

அவையில் இருந்த முதலிகள் அம்மைந்தரை நோக்கி மகிழ்வுற்று அவர்பால் தங்கள் மனத்தைச் செலுத்திக் கொண்டிருந்தமையின், விட்ட இடம் தோன்றாமல் அமைதியுற்றிருந்தார்கள். அம் போது தூப்புல் பிள்ளை, "தேவர், அடியேன் வருகையிலே திருவாய் மலர்ந்தருளியது

இது அன்றோ?" என்று விட்ட தொடரை விண்ணப்பம் செய்தார். நடாதூர் அம்மாள் வியப்புற்று மிக மகிழ்ந்து, ஒரு சொல்மாலையாலே அரும்புல மைந்தரே, நீர் வேதாந்தத்தை நிலை நிறுத்தத்தக்கவரும், மத முரண்களை எல்லாம் கண்டிக்கத் தக்கவரும், மேலோர்கள் பணியத்தக்க வரும்? நன்மைகளுக்கு இடமானவரும் ஆகக்கடவீர்" என்று வாழ்த்திப் பிறகு அப்புள்ளாரை நோக்கி, "அன்புடையீர், இவர் நம்முடைய நடை முறைப் பொருள்களைக் கூறப்பெறுதற்கு உரிய நன்னிலைக்களம் ஆவர்: நம் வயதின் முதிர்ந்துள்ளோம். ஆதலின் இவருக்கு அப் பொருள் களைக் கூறும் பேற்றினைப் பெற்றிலேம். நீர் இவருக்கு அப் பொருள் களையும் இலக்கணம் இலக்கியம் முதலிய நூல்களையும் கூறக் கடவீர். அதுதான் இராமானுசர் திருவுள்ளத்துக்கு மிக்க உவப்பு ஆனதாகும்" என்று அருளினார்.

சிலநாள்கள் கழித்து நடாதூர் அம்மாள் திருநாட்டை அலங்கரித்தார். அப்புள்ளார் முதலான முதலிகள் அவருடைய மைந்தரைக் கொண்டு செய்தற்கு உரியனவாகிய இறுதிச் சடங்குகளைச் செய்வித்து, அவர் திருமேனியைத் திருப்பள்ளிப்படுத்தி முடித்தார்கள். தூப்புல்பிள்ளைக்கு முந்நூல் அணிவிக்கப்பட்டது. அவர் பின்பு வேதம் ஓதத் தொடங்கி, ஆளவந்தாரைப்போல மறுமுறை சொல்ல வேண்டாமல் வேத முழுதும் ஓதிச் சிறந்த புலம் உடையவராய் விளங்கினார். அனந்தசூரிகள் முதலானோர் மிக்க வியப்பும் களிப்பும் எய்தினர். அப்புள்ளார், அவ் இரும்புலச் செல்வருக்கு இலக்கணம் தருக்க நூல்களையும், திருமந்திரப் பொருள்களையும் சீபாடியம் பரம்பொருள் மாட்சி மற்றும் உள்ள சிறந்த நூற்பொருள்களையும் கூறியருளினார். தூப்புல்பிள்ளை இவ்வாறு பல நூற்பொருள்களையும் நன்கு பயின்று ஒப்பு அற்ற பெரும்புலம் உடையவராய் விளங்கினார்.

இவருடைய அறிவின் பெருமையைக் கண்டவர்கள், "ஆழ்வார், நாதமுனிகள், ஆளவந்தார், உடையவர், திருக்குருகைப்பிரான் பிள்ளான், கிடாம்பி ஆச்சான் என்பவர்கள் ஒருங்கு கூடிவந்து இவர்பால் கூடி விட்டார்களோ? என்று வியந்தனர். அப்புள்ளார் இவருக்குத் "திருமங்கையார்" என்னும் மங்கை நல்லாரை வாழ்க்கைத் துணைவியாக மணம் புரிவித்தனர். தூப்புல் பிள்ளை இல்லறம் ஏற்று அவ் அம்மை யோடு கூடி அறம் புரிந்து அறிவின் ஆற்றலால் இராமானுசர் கொள்கையை நன்கு வளர்த்து வரலானார்.

## கருடமந்திரம் பெறல்

கிடாம்பி அப்புள்ளார் அவருடைய அறிவின் மேன்மை முதலிய வற்றைக் கண்டு மகிழ்ந்து அவருக்குக் காப்பாகவும், இராமானுசர் கொள்கை வளர்ச்சியையும் கருதி கருடமந்திரத்தையும், சிறந்த பொருள் களையும் கூறியருளினார். "அரும்புலச் செல்வரே, நீர் இராமானுசர் கொள்கையை வளர்த்து வருபவராய் விளங்கி, திருமகள் கேள்வன் திருவருளையும் எம்பெருமானார் திருவருளையும் பெற்று நீடு வாழ்வீர்" என்று நடாதூர் அம்மாள் கூறினார். "அவரால் அளிக்கப் பெற்ற உடையவர் திருவடி நிலைகளையும், திருவாழி, திருச்சங்குகளையும் பெற்றுக் கொள்க" என்று கூறி அன்புடன் அளித் தருளினார். தூப்புல் பிள்ளை அவற்றை ஆர்வத்துடன் பெற்றுத் தம்முடைய திருப்பூசையில் வைத்துக் கொண்டு, அப்புள்ளாரை வணங்கி, அவர் திருவடிகளைக் கண்களில் ஒற்றிக் கொண்டு நின்றார். அப்புள்ளார் அவருக்கும் மற்று முள்ள முதலிகளுக்கும் தீர்த்தம் முதலியன அளித்தருளித் தம்முடைய குரவர் திருவடிகளைக் கருதிப் போற்றித் திருநாட்டை அலங்கரித்தார்.

பிறகு தூப்புல் பிள்ளை, திருக்கச்சியில் எழுந்தருளி தம் ஆசிரியர் அருளிய அரும்பொருள்களைக் கொண்டு இராமானுசர் கொள்கையை வளர்த்து வருவாராயினார். அதனால், அவர் புகழ் எங்கும் பரவிற்று. அவருடைய அருளையும், அறிவின் ஆற்றலையும் கண்டு வீரவல்லிப் பேரருளாளையன், வீரவல்லிக் கிருட்டினமாச்சாரியார் முதலியோர் வந்து, அவர் திருவடிகளை அடைந்தனர். அவராலே திருவிலச்சினை, திருமந்திரப் பொருள் முதலியன அருளப்பெற்றார்கள். பிறகு தூப்புல் பிள்ளை (வைந்தேயரை) கருடாழ்வாரை நேரிலே சேவிக்க விழைந்து புறப்பட்டுச் சென்று, மதுராந்தகத்தில் எழுந்தருளி உள்ள ஏரிகாத்த பெருமானையும், மகிழ மரத்தையும் சேவித்துச் சென்று, தெய்வ நாயக ருடைய பதியாகிய திருவயிந்திரபுரம் என்னும் திருப்பதியை அடைந்து, கருட நதியில் நீராடி, வைகுண்ட நாயகியை முன்னிட்டுத் தெய்வநாயகப் பெருமான் திருவடிகளை வணங்கிச் சடகோபம், நீர் முதலியன பெற்றுக் கொண்டுசென்று, அங்கு ஔடதாத்திரி என்னும் வரையில் உள்ள அழகியசிங்கரைப் பணிந்து, அவர் திருக்கோயிலில் உள்ள அரச மரத்தடியிலே இருந்து, வைநதேய மந்திரத்தை அன்புமீதூர உருப்போட்டுக் கொண்டிருந்தனர். மறைவடிவர் ஆகிய வைந்தேயர்

அவருடைய அன்பினுக்கு உவந்து வானகத்திலிருந்து பொன் அன்ன சிறகு பொலிந்து விளங்க அவருக்கு முன் எழுந்தருளினார்.

தூப்புல் பிள்ளை உடனே எழுந்து, "திருமகள்நாதன் திருவருளின் வடிவமாய் விளங்கும் எங்கள் இறைவரே, அடியேன் தேவரீரை நேரிற் சேவிக்கும் பேறு பெற்ற மேன்மைக்குக் காரணம் தேவரிருடைய அருளும் அடியேனை ஆட்கொண்ட குரவர் அருளும் அன்றிப் பிறிது காரணம் யாது உளது? திருமகள் நாதனைத் திருப்பிடரியிற் கொண்டு சென்று அப் பெருமானுடைய ஆராத காதல் அடியார்கள் சேவித்து மகிழும்படி செய்யும் தேவரீருடைய மேன்மை அளவிட்டு உரைத்தற்கு உரியதாகுமோ? தேவரீர் திருக்கோயில்களில் சிலை வடிவில் இருந்து சிற்ப வடிவிலே உள்ள திருமகள்நாதனைத் திருப்பிடரியிற் கொண்டு வரும் சிறப்பைச் சேவிக்கவே மக்கள் கோயில்களுக்குத் திரள்திரளாக வருவர். தேவரீர் திருப்பிடரியில் அப்பெருமானை எழுந்தருளப் பண்ணிக்கொண்டு வருதலைக் கண்டு மக்கள் தங்கள் கண்களிலே நீர் பெருகவும் உடம்பை மயிர்க்கூச்சுப் போர்ப்பவும் செய்யும் ஆரவாரம் அளவிடற்கு உரியதாகுமே? தேவரீரை நேரில் சேவிக்கும் பேறு பெறுதற்கு உரிய இந்த யாக்கையை அடியேன் பெறுதற்குக் காரணம் ஆகிய, அடியேன் பெற்றோர்களுடைய தவம் மிகப் போற்றற்கு உரியதாகும்" என்று பலவாறு போற்றினார். வைநதேயர், தூப்புல் பிள்ளையை நோக்கி, "அன்புடைய அரும்புலச் செல்வனே, உன்னால் இராமானுச தரிசனம் நன்கு வளரும். உனக்கு அதற்கு உரிய நலங்கள் யாவும் மேன்மேலும் வளரும். நாம் உனக்கொரு மந்திரத்தை அளிக்கின்றோம். அஃது அயக்கிரீவப் பெருமாள் திருமந்திரமாகும். அவர் எல்லாக் கலை அறிவிற்கும் தலைவர் ஆவர். அதனைக் கருதியே திருமங்கை மன்னர்.

முன்னிவ்வுல கேழுமிருள் மண்டி யுண்ண
  முனிவரொடு தானவர்கள் திகைப்ப வந்து
பன்னுகலை நால்வேதப் பொருளை எல்லாம்
  பரிமுகமாய் அருளியவெம் பரமன் காண்மின்

என்று கூறினார் என உரைத்து அம் மந்திரத்தை ஓதியருளினார். தூப்புல் பிள்ளை அம் மந்திரத்தைப் பெற்றுக் கொண்டு கருடாழ்வாரை வணங்கினார். அப் பெரிய திருவடியானவர் தூப்புல் பிள்ளையை வாழ்த்திச் சென்றார்.

பிறகு தூப்புல் பிள்ளையானவர் காலக்கழிவு செய்யாமல் இராமானுச தரிசன வளர்ச்சியையே கருதி அயக்கிரீவ மந்திரத்தை அன்போடு செபிக்கலானார். அயக்கிரீவர் அவ் அரும்புலச் செல்வருக்கு முன்வந்து தோன்றினார். அவ் அரும்புலச் செல்வர், அத் தேவரை அன்புடன் வணங்கிப் போற்றினார்.

அக் கலைக் கடவுள் அவருக்கு அன்போடு தம்முடைய அருள் வடிவம் ஆகிய அமுதத்தினை அளித்து, "அன்பனே! நீ இராமானுச தரிசனத்தை நன்கு வளர்த்து நிலைநிறுத்துவாயாக" என்று கூறி வாழ்த்தி மறைந்தருளி னர். தூப்புல் பிள்ளையானவர் அவ் இறைவர் அமுதத்தைப் பானம் பண்ணினர். அக்கடவுளுடைய அருளாலே உடனே எல்லாக் கலைகளும் வந்து அவருக்கு ஏவல் புரிவனவாயின.

### பல நூல்களைப் படைத்தல்

தூப்புல் பிள்ளை முதலில் அயக்கிரீவ தோத்திரம், கருட பஞ்சாசத்து என்பனவற்றை இயற்றினார். பின்பு சென்று தெய்வநாயகன் திருவடி களை வணங்கி நின்றார். அப் பெருமான் அருச்சகர் மேல் ஆவேசித்து அவ் அரும்புலச்செல்வரை நோக்கி, "அன்பனே, நம்மைப் பற்றியும் நூல்கள் இயற்றுக" என்றருளினான். தூப்புல் பிள்ளை தம் இருப்பிடம் சார்ந்திருந்து, "தெய்வநாயகன் பஞ்சாசத்து" என்னும் நூலையும், பாகத மொழியிலே அச்சுத சதகத்தையும் செந்தமிழில் "மும்மணிக்கோவை", "பந்துப்பா", "கழற்பா", "அம்மானைப்பா", "ஊசற்பா", "ஏசற்பா", "நவரத்தினமாலை" என்னும் ஒன்பது நூல்களையும் இயற்றித் தெய்வ நாயகன் திருமுன் ஓதினார். தெய்வநாயகனும் வைகுண்ட நாயகியும் அவற்றைக் கேட்டு மகிழ்ந்தார்கள். பிறகு தெய்வநாயகப் பெருமான் அருச்சகர் மீது ஆவேசித்து, அவ் அரும்புலச் செல்வரை நோக்கி, "அன்பனே, நீ இப் பகுதியிலேதானே இருந்து இராமானுச தரிசனத்தை வளர்த்து வரக் கடவாய்" என்றருளினார்.

அங்ஙனமே தூப்புல் பிள்ளை அப்பகுதியிலேயே இருந்து இராமானுச தரிசனத்தை வளர்த்து வரலானார். அப்போது பிற மதத்தினர் தங்கள் மதக் கொள்கைகளைப் பரப்பத் தங்கள் மதக் கொள்கைகளே சிறந்தன என்று கூறியதை அறிந்து, பரமத பங்கம் என்னும் நூலை இயற்றினார். பிறகு அப் பதியின்கண் எழுந்தருளியுள்ள இரகுகுல திலகன் ஆகிய இறைவனைச் சேவித்தனர். அவ் இறைவனுடைய திருவருட்

பெருக்கில் தம்முடைய மனம் ஈடுபட்டதாக "இரகுவீரகத்தியம்" என்னும் நூலை இயற்றினார். பிறகு ஆயர்குலத்தினில் தோன்றிய ஒண்சுடர் ஆகிய கண்ணனைச் சேவிக்க விழைந்து சென்று சேவித்தனர். அதனால் அவர் "கோபால விம்சதி" என்னும் நூலை இயற்றினார்.

இவர் இங்ஙனம் இராமானுச தரிசனத்தைத் தம்முடைய சொற் பொழிவின் வன்மையாற் பலரும் ஏற்கச் செய்து வளர்த்து வருதலோடு அருமை ஆகிய பல கவிகளைப் பாடிக்கொண்டும் இருந்தார்.

"சூரியனுடைய ஒளி பரவாத இடத்தைக் காணுதல் ஆகும்; தூப்புள் பிள்ளையின் புகழ் பரவாத இடத்தைக் காணுதல் அரிது" என்று பலர் கூறுவாராயினர். அங்ஙனம் ஆகிய அவர் புகழைக் கேட்ட சில பெரியோர்கள் அவரை நேரிற்காண விரும்பித் திருவயிந்திரபுரத்துக்கு வந்து, அவர் ஆற்றும் சொற்பொழிவின் சிறப்பையும், அவர் சொல்லும் கவிகளின் மேன்மையையும் கண்டுணர்ந்து அவரை நோக்கி, "அரும்புலச் செல்வர்கள் தலைவரே, தங்களைக் "கவிதார்க்கிக சிங்கம்" என்று கூறுவதன்றி வேறு வகையாகக் கூறுதல் தக்கது அன்று என்பதே எங்கள் கருத்து" என்று கூறி அவரை வணங்கி விடைபெற்றுச் சென்றனர். தூப்புல் பிள்ளைக்கு அதுமுதல் கவி தார்க்கிக சிங்கம் என்னும் பெயரும் வழங்குவதாயிற்று.

பின் திருக்கோவலூரை அடைந்து, அப் பதியில் எழுந்தருளியுள்ள ஆயனாரைச் சேவித்து அவரைப் பற்றித் "தேகளீச துதி" என்னும் நூலைச் செய்தருளினார். பிறகு திருக்கச்சியை அடைந்து பேரருளாளனைச் சேவித்து நிற்க, அப் பெருமான் அருச்சகர் மேல் ஆவேசித்து அவரை நோக்கி, "அன்பனே, நம்மைப் பற்றியும் கவி சொல்லுவாயாக" என்று அருளினான். தூப்புல் பிள்ளை அப் பெருமானுடைய திருவருளை எண்ணி மகிழ்ந்து அம் முதல்வன்முன் தாம் புரிந்த சரணாகதி விளங்கும்படி "நியாசதசகம்" என்னும் நூலையும், பேரருளாளன் கலியாண குணங்கள் விளங்கும்படி, "வரதராச பஞ்சாசது" என்னும் நூலையும் இயற்றிப் பின்பு தமிழிலே அடைக்கலப்பந்து, அர்த்தப் பஞ்சகம், சீவைணவ தினசரியை, திருச்சின்னமாலை, பன்னிரு திரு நாமப் பாட்டு என்னும் ஐந்து நூல்களையும் செய்தருளினார். அவருக்கு முன்னே தம்மை ஆட்கொண்டு, உலகம் திருந்துவதற்கு உரிய செயல் களையே செய்யும் அருள்புரிந்த பேரருளாளன் எழுந்தருளியிருக்கும்

அத்திகிரியின் மேன்மைகளை யாவரும் உணரும்படி அப்பதியின் மேன்மைகளைச் சுருக்கியும், விளக்கியும் அமைத்து, அத்திகிரி மகாத்துமியம் என்னும் நூலை இயற்றினார்.

பின்னர் அருகில் உள்ள விளக்கொளிப் பெருமானைப் பற்றி "சரணாகதி தீபிகை" என்னும் நூலை இயற்றினார். பிறகு திருவட்டபுயம், திருவெஃகாரி, திருவெளுக்கை என்னும் திருப்பதிகளில் எழுந்தருளி யிருக்கும் மேகவண்ணனை வணங்கி முறையே அட்ட புயாட்டகம், யதோத்காரி தோத்திரம், காமாசி காட்டகம் என்னும் நூல்களை இயற்றினார். பின்னர்த் திருப்புட்குழி என்னும் பதிக்குச் சென்று பெருமானைச் சேவித்து பரமார்த்ததுதி என்னும் நூலை இயற்றினார். பிறகு திருவாழியாழ்வானை வணங்கிச் சுதரிசனாட்டகம், சோடாயுத துதி என்னும் நூல்களை இயற்றினர்; பின், பேரருளாளனைப் பற்றிக் கூறப் பெற்றதாகிய "அடியேன் குரவன் திருவருளைப் பெற்றுப் பிற உபாயங்களிற் பற்று அற்றவன் ஆகி ஆன்ம சொரூபம் தெளிந்து, உன் திருவடிகளுக்கே ஆன்மாவை ஆட்படுத்திப் பேரருளாளன் ஆகிய உன்னுடைய காப்பைப் பெற்றுச் சுமையும் அச்சமும் அற்று இருக் கின்றேன்" என்னும் சுருத்து அமைந்த சொல்மாலையைக் (சுலோகத்தை) கூறிக்கொண்டு இனிதிருந்தார்.

## புண்டரீகாட்சரால் அயக்கிரீவப் படிமை பெறுதல்

அப்புள்ளாருடைய திருமகளாருக்கு ஓர் அருமருந்தன்ன மைந்தன் பிறந்தான். தூப்புற்பிள்ளையானவர் அச் செய்தியைக் கேள்வியுற்றுச் சென்று, பத்து நாளும், கடந்த இரண்டாம் நாள் அம் மைந்தனுக்குச் "சீனிவாசன்" எனத் திருப்பெயர் இட்டுக் காப்பாகத் திருவிலச்சினையும் இட்டருளினார். அப்போது அவ் அம்மையாருடைய கணவர் ஆகிய புண்டரீகாட்சர் என்பவர் தம்முடைய சீடர் ஆகிய இராயர் என்பவர் உறையும் வடநாட்டுக்குச் சென்றிருந்தார். அவருக்கு அம்மைந்தன் பிறந்த செய்தி தெரிவிக்கப்பட்டது. அவர் அச்செய்தியைக் கேட்டுப் பெருமகிழ்ச்சியுற்றுப் பெருமாள் கோயிலுக்கு வரக் கருதி இருந்தார். அயக்கிரீவர் அன்று இரவு புண்டரீகாட்சருடைய கன விலே எழுந்தருளி, "அன்பனே! தூப்புற் பிள்ளையானவர், உன்னுடைய மைந்தனுக்குத் திருப்பெயர் இட்டு, அம் மைந்தனுக்குக் காப்பாக திருவிலச்சினையும் இட்டார். நீர் நம்முடைய படிமையைத் தூப்புற்பிள்ளைக்குக் கொடுக்கக்

கடவீர்" என்று கட்டளையிட்டார்.

அக் கடவுள் அன்று இரவு தூப்புற்பிள்ளையின் கனவிலும் எழுந்தருளி, "அன்பனே உனக்கு நம்முடைய படிமையைப் புண்டரீகாட்சர் அளிப்பார்; நீ சென்று பெற்றுக் கொள்க. அது திருக்குருகைப் பிள்ளான் இராமானுசராலே அருளப்பெற்று வந்ததாகும்" என்று அருளினார்.

புண்டரீகாட்சர் காலையில் எழுந்து அக் கனவை இராயருக்குக் கூறினார். இராயர் தம்முடைய பலவகை விருதுகளுடன் புண்டரீகாட்சரைப் பெருமாள் கோயிலுக்கு அனுப்பினார். புண்டரீகாட்சர் இராயருடைய குரவர் ஆதலாலும், கோயிலுக்கு உரிய காரியங்களையும், செவ்விதின் இயற்றுவிப்பவர் ஆதலாலும் கோயிலின் அனைத்துக் கொத்திலும் உள்ள மாந்தர்கள் மாலை முதல் ஆகிய வரிசைகளோடு அவரை எதிர் கொள்ளுதற்குச் செல்லத் தூப்புற் பிள்ளையான வரும் அயக்கிரீவப் படிமையைச் சேவிக்க வேண்டும் என்னும் விழைவினால் அவர் களோடு சென்றார்.

புண்டரீகாட்சர், தூப்புற்பிள்ளை என்னும் அரும்புலச் செல்வரைக் கண்டு வணங்கித் தாம் கண்ட அக்கனவின் செய்தியையும் கூறி அயக்கிரிவப் படிமையை அவருக்குக் கொடுத்தார். தூப்புற்பிள்ளையும் அயக்கிரீவரைப் பற்றித் தாம் முன் இயற்றிய அயக்கிரீவத் தோத்திரத்தைக் கூறி வணங்கிப் பெற்றுக் கொண்டு தம்முடைய ஆராதனம் ஆகிய பேரருளாளரோடு சேர்த்து வைத்து நாள்தோறும் ஆராதித்து வருவாராயினார்.

## திருவேங்கடத்துக்குச் செல்லுதல்

தூப்புற்பிள்ளை பிறகு ஒருநாள் திருமலையை நோக்கிப் பல பெருங்கூட்டங்கள் செல்வதைக் கண்டனர். உடனே,

கூனேறு சங்கம் இடத்தான்தன் வேங்கடத்துக்
கோனேரி வாழுங் குருகாய்ப் பிறப்பேனே

தேனார் பூஞ்சோலைத் திருவேங்கடச் சுனையில்
மீனாய் பிறக்கும் விதி உடையேன் ஆவேனே

எனவும் குலசேகரப் பெருமாள் அருளியன அவர் நினைவிற்கு வந்தன. அதனால் உடனே தம்முடைய தோற்றத்திற்குக் காரணம் ஆகிய

திருவேங்கடமுனையானைச் சேவித்துத் திருவடி தொழுதுவரக்கருதிப் புறப்பட்டுச் செல்வாராயினார். அங்ஙனம் செல்பவர் கடிகை வரையின் கண் எழுந்தருளியுள்ள, "அக்காரக்கனி" என்னும் பெருமானை வணங்கிச் சடகோபம் தீர்த்தம் முதலியவற்றைப் பெற்றுக் கொண்டு சென்று, "சுவர்ணமுகி"யில் நீராடி அலர்மேல்மங்கைத் தாயார் திருவடி களை வணங்கி முன்னே இராமானுச முனிவராலே நிலைநிறுத்திய ஆழ்வார்களையும் ஆழ்வார்கள் வழிக்குரவர்க ளையும், கோவிந்தராசப் பெருமாளையும் வணங்கிச் சென்று திருமலையில் ஏறிச் செல்வாரா யினார்.

அங்ஙனம் செல்கையில் வழியில் எழுந்தருளியுள்ள எதிநாதர் திருவடி களை வணங்கி அவரைப்பற்றி ஒரு சுலோகத்தை இயற்றினார். பிறகு திருக்கோயிலுட் சென்று,

அடியாரும், வானவரும் அரம்பையரும் கிடந்தியங்கும்
படியாய்க் கிடந்துன் பவளவாய் காண்பேனே

என்று அருளிய குலசேகரப் பெருமாள்படி அருகில் நின்று, பிராட்டிமாரோடு அப்பனைச் சேவித்து வணங்கி நின்றார். அப்பன் அருச்சகர் மீது எழுந்தருளி, "அன்பனே! நம்மைப் பற்றி ஒரு நூல் இயற்றுக" என்றருளினான். தூப்புற்பிள்ளை அப்பனுடைய பேரருளை எண்ணி மனம் உருகி, "தயாசதகம்" என்னும் நூலை இயற்றினார்; பலருக்குச் சிறந்த பொருள்களை அருளிச் செய்து திருமலையிற் சில நாள்கள் எழுந்தருளியிருந்தார்.

## திரு பெரும்புதூருக்கு எழுந்தருளுதல்

தூப்புல்பிள்ளை அங்கிருந்து புறப்பட்டுத் திருவயோத்தி வழியாக காசிக்குச் சென்று, சீபுருடோத்தமம், சீகூர்மம், அகோபிலம், திருமலை, திருவெவ்வளூர், திருவல்லிக்கேணி, திருக்கடன்மல்லை, திருநீர்மலை, திருவிடவெந்தை முதலிய திருப்பதிகளுள் எழுந்தருளியுள்ள எம்பெரு மானைச் சேவித்துக் கொண்டு, சீபெரும்புதூருக்கு எழுந்தருளினார். இராமானுசரை வணங்கினார். இராமானுசர் மிக மகிழ்ந்து, அருச்சகர் மீது ஆவேசித்து, தூப்புற்பிள்ளையை நோக்கி, "அன்புடையீர், நீர் நம்முடைய தரிசனத்தை நன்கு வளர்த்து வருவீராக" என்று அருளினார். தூப்புற்பிள்ளையானவர், "ஆரண நூல் வழி" என்னும் செய்யுளையும், சில சுலோகங்களையும் இயற்றி, எம்பெருமானார் திருமுன் ஓதிப்

போற்றினர். இராமானுசர் மகிழ்ச்சி மிக்கவராய்த் தூப்புற்பிள்ளையை வாழ்த்தினார். தூப்புற்பிள்ளை அவர்பால் விடை கொண்டு, புறப்பட்டு வந்து பெருமாள் கோயிலை அடைந்து இராமானுச தரிசனத்தை வளர்த்து வருவாராயினார்.

## தூப்புல்பிள்ளையோடு ஒரு மாயத் துறவி

தூப்புல்பிள்ளை இங்ஙனம் இராமானுசத் தரிசனத்தை வளர்த்து வருகையில் மிக வல்லவன் ஆகிய மாயத்துறவி ஒருவன் வந்து, தூப்புல் பிள்ளையோடு வாதித்துத் தோற்றான். அதனால் அவன் மனம் பொறானாய் ஒரு குளத்தில் மூழ்கித் தீய மந்திரத்தைச் சொல்லி, அக் குளத்து நீரை குடிக்கலானான். அதனால் தூப்புல் பிள்ளை என்பவர் வயிற்றில் நோய் உண்டாயிற்று. அவர் அந் நோய்க்குக் காரணம் அம் மாயத்துறவியின் செயலே என்பதை அறிந்து கொண்டு சிரித்து அங்கு உள்ள ஒரு தூணைக் கீறினர்; கீற அவன் குடிக்கும் நீர் எல்லாம் அத் தூணினின்று பெருகி வரலாயிற்று. அம் மாயத்துறவி அதனை அறிந்து விரைந்து வந்து தூப்புல் பிள்ளையின் திருவடிகளை வணங்கித் தன் குற்றத்தை மன்னித்தருள வேண்டும்" என்று கேட்டுக் கொண்டான்.

அவனது அறிவின்மைக்காக இரங்கி, அவனை நோக்கி, "அன்பரே! மன்னித்தோம்" என்று கூறியருளினார். அவன் வணங்கி, அவரிடம் விடைபெற்றுச் சென்றான்.

## அரசவைக்குச் செல்ல உடன்படாமை

தூப்புல்பிள்ளை இராமானுசத் தரிசனத்தை வளர்த்துக் கொண்டு அரிசி (தானம்) ஏற்று அமுது செய்து வருவாராயினர். இத் தூப்புல் பிள்ளை அரிசி ஏற்று உண்டு வருதலை வித்தியாரணியர் கேள்வியுற்று மிகவும் வருந்தி, "என் அன்பிற்கு உரிய நண்பரே! நான் காசிக்குச் சென்று, கங்கையில் நீராடி மீண்டு வந்து விசய நகரத்து மன்னரைச் சார்ந்து அவர் அன்பையும் நன்மதிப்பையும் பெற்று அவர்பால் தங்கியிருக்கின்றேன். நீர் இங்கு வரின், அம் மன்னருக்கு உம்மிடத்தில் அன்பும் நன்மதிப்பும் உண்டாகும்படி செய்கின்றேன். நீர் அம் மன்னர் நட்பால் இடர்ப்பாடு இன்றி வாழ்க்கையை இனிது நடத்தலாம். வருவீர்" என்று ஒரு திருமுகம் எழுதி ஒருவரிடம் அதனைக் கொடுத்தனுப்பினார். அவர்கள் அதனைத் தூப்புல்பிள்ளையை வணங்கிக் கொடுத்தார்கள். தூப்புல் பிள்ளை அதனை வாங்கிப் படித்துப் புன்முறுவல் பூத்து, "என் அன்புக்கு

உரிய நண்பரே! தங்கள் அன்பு வாழ்க. நான் அரசர்கள் அவைக்கு வருவேன் அல்லேன். தங்கள் சொல்லை மறுத்ததற்கு என்னை மன்னிப்பீராக" என்று ஒரு விடைமுகம் எழுதி, வித்தியாரணியர் அனுப்பிய ஆள்களிடம் அதனைக் கொடுத்து அனுப்பினார். வித்தியாரணியர் அத் திருமுகத்தைப் பெற்றுப் படித்துத் தூப்புல்பிள்ளை அரிசி ஏற்று உண்டலைத் தவிர்த்தற்கு மேலும் முயலுதல் வேண்டும் என்று உள்ளத்திற் கொண்டு, "என் அருமை நண்பரே, கற்றவர்க்கு யாதும் ஊரே யாவரும் கேளிர் என்பது தாங்கள் அறியாதது அன்றோ? நான் தங்கியுள்ள நகரத்து மன்னர் எல்லா உயிர்களிடத்தும் அன்பும் அருளும் கொண்டவர். கற்றவர்களைக் காணின், மலர்ந்த முகத்துடன் வரவேற்று நன்கு ஓம்புவார். தாங்கள் இங்குவரின் தங்களுக்கு எல்லாவிதச் சிறப்புகளும் உளவாகும். குறைவு இராது. தங்கள் துன்பம் என் துன்பமே! தாங்கள் வருத்தமின்றி வாழ்தலைக் காணுதல் என் மனத்திற்கு மகிழ்ச்சி அளிப்பது ஆகும். வருவீராக, தங்கள் நண்பன் வித்தியாரணியன்" என்று மீண்டும் ஒரு திருமுகம் எழுதிக் கொடுத் தனுப்பினார். தூப்புல்பிள்ளை அத் திருமுகத்தைப் பெற்றுப் படித்து மலர்ந்த முகத்தினராகி, "என் அருமை நண்பரே! தாங்கள் என்பால் கொண்ட நட்பின் பெருக்கால் தாங்கள் இங்ஙனம் எழுதினீர்கள். தாங்கள் என்பால் வைத்துள்ள அன்பினை எண்ணி என் மனம் கொண்ட மகிழ்ச்சியை யான் அளவிட்டுக் கூறவல்லேன் அல்லேன்! ஆயினும் யான் கொண்ட உறுதியான கொள்கை அன்புடைய தங்களுடைய சொல்லை மறுக்கும்படி செய்கின்றது. அதற்காக நான் பெரிதும் வருந்து கின்றேன்" என்று ஒரு மறுமுகம் எழுதி, அதனோடு ஐம்புல நுகர்ச்சியில் அவாவற்றிருக்கும் உறுதியான கருத்தின் சிறப்பையும் விழுமிய முழு முதலிடம் ஆராத காதல் அடியவர்களாய் இருத்தலின் மாண்பையும், விளக்குனவாகிய ஐந்து சொல்மாலைகளையும், வடமொழிப் பாடல் களையும் எழுதி அவ் ஆள்களிடம் கொடுத்து அனுப்பினார். வித்தி யாரணியர் அவற்றைப் பெற்றுப் படித்துத் தூப்புல் பிள்ளையின் மன உறுதியை எண்ணி வியப்புற்று வாளா இருந்து விட்டார்.

## தூப்புல்பிள்ளை வேதாந்த தேசிகர் ஆதல்

பிறகு திருப்பதிக்கு வடநாட்டினின்று. மாயாவாதப் பண்டிதர் வந்து அங்கு உள்ள இராமானுச சித்தாந்திகளை நோக்கி, "அன்பர்களே! நீங்கள் நாம் கேட்கும் கேள்விகளுக்கு விடை கூறுவீர்களாக. அங்ஙனம்

விடை கூற உங்கட்குத் திறமை இன்றேல் எங்களுடைய சித்தாந்தத் திற்குச் சேர்வீர்களாக. இங்ஙனம் இவ் இரண்டிலொன்று செய்தல் வேண்டும். இது, தென்னாட்டிலும், வடநாட்டிலும் உள்ள மன்னர் களுடைய கட்டளையாகும் என்று கூறி அவ் இருபால் மன்னர்களுடைய இலச்சினைகளையும் காட்டி வற்புறுத்தினார்கள். அதனைக் கண்டு, பெரியவாச்சான் பிள்ளை முதலிய முதலிகள் சுருதப் பிரகாசிகாசாரியார் ஆகிய சுதரிசனபட்டருடைய திருவடிகளை வணங்கி, "எங்கள் அன்புக்கு உரியீர், நாம் இப்போது இதற்குச் செய்யத்தகுவது என்ன" என்று விளவினார். சுதரிசனப்பட்டர். "அன்புடையீர், அம்மாள், இராமாது தரிசனத்தை வளர்த்து நியை நிறுத்தற்கு உரியவர் தூப்புல் பிள்ளையே என்று கொண்டு, அவரை நோக்கி, நீர் இத்தத் தரிசனத்தை வளர்ப்பவர் ஆகக் கடவீர் என்று வாழ்த்தியருவினார் என்பதை நாம் அனைவரும் அறிவோம். தூப்புல் பிள்ளை அங்ஙனமே அறிவின் மேல்மையை உடையவர் ஆகிப் பல நூல்களை இயற்றிப் பெருமாள் கோயிலில் எழுந்தருளியிருந்து. நம் தரிசனத்தை அதன் அரும்பொருள்களைப் பலருக்கும் கூறி வளர்த்து வருகின்றார். அவர் வரின் இம் மாயாவாதப் பண்டிதர்களின் செருக்குச் மாய்ந்தொழியும். இப்போது, அவரை வருவித்தலே செய்யத் தகுவது" என்று கூறியருளினார். அவர்களும், அதுவே தக்கது என்று கூறித் தூப்புல் பிள்ளைக்கு அங்கு நிகழ்த்த வனற்றை எழுதிச் சிலர் இடம் கொடுத்து அவரை உடனே அழைத்து வரும்படி அவர்களை அனுப்பினார்கள்.

தூப்புல்பிள்ளை அத் திருமுகத்தைக் கண்டு. "எம்பெருமானார் உவந்து அடியேனுக்கு அருளிய சிறந்த தொண்டாகும்" என்று மகிழ்ந்து. உடனே மாணாக்கர்கள் சூழ்ந்து வரப் புறப்பட்டுத் திருக்கரம்பனூரில் எழுந் தருளி உள்ள உத்தமனை வணங்கிச் சடகோபம், தீர்த்தம், மாலை முதலியன பெற்றுக் கொண்டு சென்று திருவரங்கத்தை அடைந்தனர். அவர் வரவை உணர்ந்த கதரிசனப்பட்டர் முதலியவர்கள், மாலை முதலானவற்றுடன் பல்லியம் முழங்க வரவேற்கும் பொருட்டு எதிர் சென்றார்கள். தூப்புல்பிள்ளை அவர்களைக் கண்டவுடன் வணங்கி தின்றனர். சுதரிசனப்பட்டர், மாலை முதலியவற்றைத் தூப்புல் பிள்ளைக்கு அளித்து வாழ்த்தி அவர் கையைப் பிடித்துக் கொண்டு, "அன்புடையீர், நாம் வயதின் முதிர்ச்சியினால் ஆற்றாதவனாய் விட்டோம். எம்பெருமானார் பெருமாள் கோயிலினின்று எழுத்தருளித்

தான் இந்தத் தரிசனத்தை நன்கு வகுத்து அமைத்தருளினார். நீரும் அவரைப் போலவே பெருமாள் கோயிலினின்றே வந்திருக்கின்றீர். உங்கள் இருவருக்கும் உள்ள இந்த ஒற்றுமையை நோக்கின் இத் தரிசனத்தைப் பாதுகாக்கும் கடமை உமக்கே அமைந்திருக்கின்றது என்பது நன்கு விளங்குகின்றது. இதுவே எம்பெருமானாருக்கும் நம் பெருமாளுக்கும் திருவுள்ளம் ஆகும் என்பதனை அம்மாள் திருவாக்கி னால் நன்கு உணர்ந்து கொண்டோம்! வாழ்க உமது அறிவின் திறனும் வாக்கின் வன்மையும்" என்று வாழ்த்தினார். தூப்புல்பிள்ளை சுதரிசன பட்டருடைய திருவடிகளை வணங்கித், "தேவரீர் திருவுள்ளமே அடியேன் பேறு" என்று சொல்லிக் கோயிலுள் வலமாகச் சென்று இராமானுசருடைய திருமடத்தை அடைந்து அவருடைய திருப் படிமையைச் சேவித்து வணங்கிப் பின் ஆழ்வார்களைச் சேவித்து வணங்கிப் போற்றிப் பிறகு சீரங்க நாச்சியாரையும் அழகிய மணவாள னையும் சேவித்து வணங்கி நிற்க, அவருடைய மனம் அவண் நிற்றல் இன்றி, அப்பெருமானுடைய திருவடித் தாமரைகளில் மொய்த்துக் கொண்டு நீங்காமல் இருக்கும் வண்டாய் விட்டது. அவருடைய கண்களினின்று அருவியென நீர் பெருகியது. உடல் முழுவதினும் மயிர்க்கூச்சு உண்டாயிற்று. அழகிய மணவாளன் அப்போது அருச்சகர் மீது ஆவேசித்து, அவரை அன்புடன் நோக்கி, "அன்பனே! நீ இங்கு வந்துள்ள பிற மதவாதிகளை வென்று, இராமானுசத் தரிசனத்தை நிலை நிறுத்துக" என்று அருளினான்.

தூப்புல்பிள்ளை அப் பெருமானை வணங்கி பெரிய திருமண்டபத்தில் எழுந்தருளி இருந்தார். அவர் வந்திருத்தலை முற்கூறிய மாயாவாதப் பண்டிதர்கள் அங்கு வந்து ஏழுநாள்கள் வரையினும் அவருடன் வாதித்துத் தோற்றார்கள். அப்படி நாள்தோறும் நடந்த வாதங்களைப் பேரருளாள ஐயர் என்பவர் நாள்தோறும் இரவில் பட்டோலையில் எழுதி வந்து, எட்டாம் நாள் அதனைத் தூப்புல் பிள்ளைக்குக் காட்டினர். தூப்புல் பிள்ளை அதனை நோக்கியருளி. அதற்குச் "சடதூணி" என்று திருப்பெயர் இட்டருளினர். அப்போது அழகிய மணவாளன் அருச்சகர் மீது ஆவேசித்துத் தூப்புற் பிள் ளையை நோக்கி, "அன்பனே! நீ, பிறமத வாதிகளை வாதித்து வென்று இராமானுசத் தரிசனத்தை நிலை நிறுத்தினை. ஆதலின் இன்றுமுதல் உனக்கு, "வேதாந்த தேசிகள்" என்னும் திருப்பெயர் வழங்குவதாக, நீ இங்கு இருந்து, இராமானுசத்

தரிசனத்தை வளர்த்து வரக் கடவாய்" என்று அருளினான். சுதரிசனப் பட்டர் முதலிய பெரியோர்கள், "பெருமாள் கட்டளையை நீர் நிறைவேற்றுதல் வேண்டும்" என்று கூறியருளினார்கள்.

பிறகு வேதாந்த தேசிகர் சீரங்க நாச்சியாருடைய திருவடிகளை வணங்கினர். நாச்சியார் அவருக்கு "சருவதந்திர சுதந்திரர்" என்னும் திருப்பெயரை அளித்தருளினர். பிறகு அவர் சுதரிசனப்பட்டர் பெரிய வாச்சான் பிள்ளை முதலானவர்களால் கொண்டாடப் பெற்றுத் தம்முடைய இருப்பிடத்திலே எழுந்தருளியிருந்தார். வாதத்தில் தோற்ற மாயாவாதி வேதாந்த தேசிகரை அடைந்து அடியேங்களை ஆட் கொள்ளுதல் வேண்டும் என்று வேண்டினார். வேதாந்த தேசிகர் அவர் களுக்குத் திருவிலச்சினை முதலியன அருளித் திருமந்திரப் பொருள் களையும் அளித்தருளி, "நீங்கள் வடநாட்டில் இத் தரிசனத்தை வளர்த்து வருவீர்களாக" என்றருளினார். அவர்களும் அங்கனமே வேதாந்த தேசிகருடைய நூல்களைப் பரப்பி வந்தார்கள்.

## வேதாந்த தேசிகர் கனவில் இராமானுசர்

ஒருநாள் வேதாந்த தேசிகர் கனவிலே இராமானுசர் தோன்றி, சிறந்த பொருள்கள் யாவற்றையும் திருவாய் மலர்ந்தருளி, "அன்புடையீர்! சீபாடியத்தினையும், பசுவத்விடயத்தையும் உலகிற் பரவச் செய்து கொண்டு வருதலோடு நாம் உமக்குக் கூறிய சிறந்த பொருள்கள் உலகினருக்கு நன்கு விளங்கும்படி பலநூல்களை இயற்றுவீராக" என்று கூறித் தம் திருவடிகளை வேதாந்த தேசிகருடைய திருமுடியிலே வைத்தருளினார்.

வேதாந்த தேசிகர், காலையிலே எழுந்து கனவை எண்ணி வியப்புற்றுக் கடன்களை முடித்துக் கொண்டு இராமானுசர் திருக்கோயிலுக்குச் சென்று வணங்கி அவர் திருவருளை எண்ணிக் கண்களினின்று அருவி என நீர் பொழியவும் உடம்பில் மயிர்க்கூச்சு எறியவும் நின்றார். அப்போது அங்கு இருந்த முதலிகள் அவரை நோக்கி, "உம்முடைய நுகர்வு எங்கட்கும் உண்டாகும்படி ஒரு துதியை அருளிச் செய்வீராக" என்று கூறியருளினார்கள். வேதாந்த தேசிகர் அவர் கூறியதனைக் கேட்டு, உவந்து, "எதிராச சப்ததி" என்னும் நூலை இயற்றியருளினார். உடனே அவருக்குச் சடகோபம், தீர்த்தம், மாலை முதலியன அளிக்கப்பட்டன.

பிறகு தம்முடைய இருப்பிடம் அடைந்து பிற மதங்களைக் கண்டிப்பன வாகவும், இராமானுசத் தரிசனத்தை நிலைநிறுத்துவனவாகவும் பல நூல்களை இயற்றியருளினார். அந் நூல்களாவன: தத்துவமுக்தா கலாபம், அதன் வியாக்கியானம் ஆகிய சருவாருத்த சித்தி, நியாய சித்தாஞ்சனம், நியாய பரிசுத்தி, சேச்சுர மீமாம்சை, மீமாம்சாபாதுகை, சீபாடியத்தின் விளக்கம் ஆகிய தத்துவதீபிகை, அதிகரண தருப்பணம், அதிகரண சாராவலி, சீதோபாடியத்தின் விளக்கம் ஆகிய தாத்பரிய சந்திரிகை, ஈசா வாசியோபநிடதத்தின், வியாக்கியானம், சச்சரித்திர ரட்சை, சீபாஞ்சராத்திர ரட்சை, சீ ஆளவந்தார் அருளிச்செய்த கீதார்த்த சங்கிரகத்தின் வியாக்கியானம் ஆகிய கீதார்த்த சங்கிரசு ரட்சை, நிட்சேப ரட்சை, கத்திய திரய வியாக்கியானமும் தோத்திரரத்ன வியாக்கியான மும், சது சுலோகி வியாக்கியானம் ஆகிய ரகசிய ரட்சை, அரிதின திலகம், பூகோள நிருணயம், அதனுடைய வியாக்கியானம் முதலிய வாகும். வேதாந்த தேசிகர் இங்ஙனம் பல நூல்களை இயற்றியருளி இராமானுச தரிசனத்தைப் பரவச்செய்து கொண்டு வருவாராயினர். பலர் அவருடைய மேன்மைகளைக் கண்டும் அறிந்தும் அவர் திருவடி களை அடைந்து, திருவருளைப் பெற்றார்கள். பெரியவாச்சான், பிள்ளையானவர் உபாதான காலத்தில் வேதாந்த தேசிகருக்கு முதலில் மரியாதை செய்துவரலாயினார். அவருடைய மாணாக்கர்களுட் சிலர் அதனைக் கண்டு, பெரியவாச்சான் பிள்ளையை நோக்கித் "தேவர் இங்ஙனம் செய்தல் தக்கது ஆகுமோ?" என்று கேட்டார்கள். பெரிய வாச்சான்பிள்ளை வேதாந்த தேசிகருடைய மேன்மையை அவர்கள் அறியும்படி செய்தல் வேண்டும் என்று எண்ணித் தேசிகரை நோக்கி, "அன்புடையீர், யாவருக்கும் நன்கு விளங்கும்படி நியாச வித்தையைச் சுருக்கம் ஆக அருளிச் செய்வீராக" என்று கூறியருளினார். வேதாந்த தேசிகர், "நியாச விம்சதி, நியாச திலகம்" என்னும் இரண்டு நூல்களை உடனே இயற்றியருளினார். அவற்றைக் கண்டு அவர்கள் வியப்பு உற்றுத் தேசிகரைப் பலபடியாகப் பாராட்டினர். பிறகு பெரியவாச்சான் பிள்ளையானவர், "அன்புடையீர்! பிரபத்தி கிரமத்தையும் கூறுவீராக" என்று அருளினார். தேசிகர் முன்பு தாம் இயற்றியிருந்த நியாச சதகத்தைக் கூறினார். பெரியவாச்சான் பிள்ளை அதனைக் கண்டு மகிழ்ந்து, தேசிகரைப் பலவிதமாகப் பாராட்டிக் கூறி வாழ்த்தியருளி னார்.

## வேதாந்த தேசிகர் இருவர் வாதத்திற்குத் தீர்ப்புக் கூறுதல்

வேதாந்த தேசிகர், பல நூல்களை இயற்றி இராமானுசத் தரிசனத்தை வளர்த்து வருகையிலே, விசய நகரத்தில் தத்துவவாதியாகிய அட்சோப முனி என்பவருக்கும் மாயாவாதியாகிய வித்தியாரணியர் என்பவருக் கும் வேதாந்த விடயமாக வாதம் நடந்தது. அங்கு உள்ளார் அவ்விருவர் கூறுவனவற்றையும் எழுதி வேதாந்த தேசிகருக்கு அனுப்பினார்கள். அவர் அவ்விருவர் கூற்றுகளையும் நன்றாய் நோக்கி அருளி ஒரு சுலோகத்தை எழுதி அனுப்பினார். அதனைக் கண்டு விசய நகரத்து மன்னவரும் மற்றவர்களும் வேதாந்த தேசிகரிடம் மிக்க அன்பு உடையவரானார். வித்தியாரணியர் அதைக் கண்டு வேதாந்த தேசிகர்பால் சினங்கொண்டு, "அன்பரே! நீர் எழுதின சத்தூடணி என்னும் நூலினைக் கண்டிக்க விரும்புகின்றேன்" என்று எழுதி அதனை வேதாந்த தேசிகரிடம் அனுப்பினார். வேதாந்த தேசிகர் சிரித்துத் தம் மாணாக்கர்கள் செய்து வைத்திருந்த அதன் ஏடுகளுள் ஒன்றை வித்தியா ரணியருக்கு அனுப்பினார். வித்தியாரணியர் அதனை நோக்கி அதன்கண் உள்ள ஒரு சகரத்தின்மீது ஒரு குத்து இட்டு மீண்டும் அதனைத் தேசிகர்பால் அனுப்பினார். தேசிகர் அதனைக் கண்டு, சகார சமர்த்தனம் என்னும் நூலை அந்தக் குத்தின் மீது ஒரு குத்திட்டு வித்தியா ரணியருக்கு அனுப்பினார் . வித்தியாரணியர் அதனைக் கண்டு வியந்து பொருண்மை ஆய்வுப் புலமையாளன், மணியின் தோன்றல் ஆகிய அவரை வெல்லுதல் யாவரால் இயலும் என்று கூறி வாளா இருந்தார்.

## கிருட்டினமிசிரர் என்னும் மாயாவதியை வாதில் வெல்லுதல்

பிறகு கிருட்டினமிசிரர் என்னும் மாயாவாதி வடநாட்டினின்று வந்து தேசிகர்பால் அவரை நோக்கி, "நீர் என்னை வாதத்தில் வெல்வீராயின் உமக்குக் "கவிதார்க்கிக சிங்கம்", "சருவதந்திர சுதந்திரர்" என்னும் விருதுப் பெயர்கள் தகுவனவாம். இன்றேல் நீர் அவ்விருதுப் பெயர் களை ஒழித்து விடுதல் வேண்டும்" என்று கூறி அவரோடு வாதிக்க லானார். தேசிகர் அவருடன் மூன்றுநாள் வாதித்து அவரை வென்றார். அவர் தேசிகரைப் பெரிதும் கொண்டாடி அவரை நோக்கி, "அன்புடையீர், நாள் இயற்றியுள்ள பிரபோத சந்திரோதயம் என்னும் நூலை நாளை நீர் பார்த்தல் வேண்டும்" என்றார். தேசிகர் அவரை

நோக்கி, "அன்பரே! அங்ஙனமே அதனை நாம் பார்க்கின்றோம். நீர், நம்முடைய சங்கல்ப சூரியோதயம் என்னும் நாடக நூலை நாளை நோக்குதல் வேண்டும்" என்றார். அவரும் அதற்கு இசைந்து சென்றார். தேசிகர் அன்று இரவு சங்கல்ப சூரியோதயம் என்னும் நாடகநூலை இயற்றியருளினார். மறுநாள் கிருட்டினமிஸ்ரர் தேசிகர்பால் வந்து தமது, பிரபோதசந்திரோதயம் என்னும் நூலைத் தேசிகரிடம் கொடுக்கத் தேசிகரும் தம்முடைய சங்கல்ப சூரியோதயம் என்னும் நூலை அவரிடம் கொடுத்தார். அவரும் அதனைப் பார்த்து, அது தம்முடைய நூலின் கண்டனம் ஆக அமைந்திருத்த வைக் கண்டு ஒப்பு அரிய வியப்பு எய்தி வாளா இருந்தார்.

பிறகு மறுநாள் கிருட்டினமிஸ்ரர் தேசிகர்பால் வந்து அவரை நோக்கி, "அன்புடையீர்! கவிதார்க்கிக சிங்கம் என்னும் விருது பெயர் தங்கட்கு ஏற்புடையதேயாகும். எனக்குத் தாங்கள் ஒரு நலத்தினைப் புரிந்தருளல் வேண்டும்" என்றார். தேசிகர் அஃதியாது என்றனர். அவர் "அன்புடையீர், இவ்விடத்தில் நடக்கும் மரியாதைகள் முன்னே தங்களுக்கு நடத்தல் வேண்டும். நடந்தபின் எனக்கு நடத்தல்வேண்டும் என்பதே" என்றார். தேசிகர் புன்னகை புரிந்து, "அன்பரே அம் மரியாதை களை எனக்கு நடத்தினவுடனே நீரே பெறும்படி செய்கின்றேன்" என்று கூறிச் சென்று, அருச்சகர் முதலியவர்களை விளித்துக் "கோட்டியில் முதலிலே மற்றவர்களுக்கு நடத்தி விட்டுப் பிறகு எனக்கு நடத்தி, உடனே கிருட்டினமிசிரருக்கு நடத்துங்கள்" என்று கூறினர். அவர்களும் அவ்வாறே மரியாதை நடத்தினார்கள். கிருட்டினமிஸ்ரர் அதனைக் கண்டு திகைத்துக் தேசிகரை நோக்கி, "அன்புடையீர்! நீர் இலௌகிகத் திலும் என்னை வென்று விட்டீர். சருவதந்திர சுதந்திரர் என்னும் விருதுப் பெயரும் உமக்கும் ஏற்புடையதேயாகும்" என்று கூறிப் புகழ்ந்தார். அவர் பிறகு தேசிகர்பால் விடைபெற்றுக் கொண்டு சென்று தம்முடைய நாட்டை அடைந்தார்.

பிறகு டிண்டிமன் என்னும் கவியானவன் இராமப்பியுதயம் என்னும் நூலை இயற்றிக் கொணர்ந்து தேசிகரிடம் கொடுத்தான். தேசிகரும் யாதவாப்பியுதயம், அம்சசந்தேசம் என்னும் நூல்களை இயற்றி அவனிடம் கொடுத்தார். அவன் அவற்றைக் கண்டு மகிழ்ந்து நோக்கிக், கவிதார்க்கிக சிங்கம் என்னும் பெயர் உமக்கே தகும் என்று கூறி ஒரு சுலோகம் இயற்றி அதனால் அவரைப் புகழ்ந்து போற்றிச் சென்றான்.

## கோதைநாச்சியார் திருவருள்

வேதாந்த தேசிகர் திருக்குடந்தை முதலிய திருப்பதிகளுக்குச் சென்று, சேவித்துப் பிறகு சீவில்லிப்புத்தூரை அடைந்தார். அப்பதியில் எழுந்தருளி உள்ள வடபெருங்கோயில் உடையானையும், கோதை நாச்சியாரையும் வணங்கி நின்றனர். கோதைநாச்சியார் அருச்சகர் மீது ஆவேசித்துத் தேசிகரை நோக்கி, "அரும்புலச் செல்வரே, நீர் நம் முடைய திருப்பாவையின் சிறந்த பொருள்களை எல்லாம் பல நூல் களாலே விளக்கி கூறியிருக்கின்றீர். உம்முடைய அரும்புலத் திறம் வாழ்க" என்று அருளினார். பிறகு தேசிகருக்குச் சடகோபம், தீர்த்தம், மாலை முதலியன அளிக்கப்பட்டன. தேசிகர் அவற்றைப் பெற்றுக் கொண்டு, கோதாதுதி என்னும் நூலை இயற்றிக் கோதை நாச்சியார் முன் ஓதினார்.

## ஆழ்வார் திருவருளைப் பெறுதல்

தேசிகர் ஆழ்வார் திருநகரியை அடைந்து ஒரு சுலோகத்தால் ஆழ்வாரைப் போற்றி வணங்கினார். ஆழ்வார், அருச்சகர் மீது ஆவேசித்து, "திருவாய்மொழியின் வியாக்கியானங்களுள் ஒன்றாகிய, ஆறாயிரப்படி யின் பொருள்கள் நன்கு விளங்கும்படி பல நூல்களை இயற்றக் கடவீர்" என்றருளிச் செய்தார். பிறகு தேசிகர் சடகோபம், தீர்த்தம், மாலை முதலியவற்றைப் பெற்றுக்கொண்டு சென்று, திருவண்பரிசாரம் முதலிய திருப்பதிகளுக்குச் சென்று சேவித்துப் பிறகு பெருமாள் கோயிலை அடைந்து, பேரருளாளனையும், பெருந்தேவித் தாயாரையும் வணங்கிப் போற்றிச் சடகோபம், தீர்த்தம், மாலை முதலியவற்றைப் பெற்றுக் கொண்டு முதலிகளோடு எழுந்தருளியிருந்து முன்புபோலக் கொள்கையைப் பரப்பி வருவாராயினர்.

## தேசிகரும் ஒரு பாம்பாட்டியும்

வல்லவனான பாம்பாட்டி ஒருவன் சிலர் தூண்டுதலாலே தேசிகர்பால் வந்து அவரை நோக்கி, "அறிஞரே! மந்திரவாதத்தில் என்னை வெல்லுவீ ராயின், சருவதந்திர சுதந்திரர் என்னும் விருதுப் பெயர் உமக்கு ஏற்றது ஆம்; இன்றேல் ஏற்றது ஆகாது" என்று கூறினான். தேசிகர் கலையறிவு சிறிதும் இல்லாத இவனோடு மந்திரவாதம் புரியில், அருங்கலைச் செல்வர்கள் நம்மைக் கண்டு நகைப்பர். புலியானது முயல் அருகில்

இருப்பினும் அதன் மேற் பாயாமல் யானையின் மீதே பாயும் என்பது அறிஞர் யாவரும் ஒப்புக் கொள்ளுதற்கு உரிய கருத்து அன்றே! ஆதலின் இவனோடு நாம் மந்திரவாதம் புரிதல் தகுதி ஆகாது" என்று கூறி வாளா இருந்தார். அவருடன் இருந்த முதலிகள் மறைவில் அழைத்துச் சென்று, அவரை நோக்கி, "அறிஞர்கள் மதிக்கும் அரும்புலச் செல்வரே! ஒரு பெரிய தடாகத்திலே தோன்றும் ஒரு பெரிய யானையின் நிழல், ஒரு சிறிய தவளை குதிப்பினும் மறைந்துவிடும். அதுபோலத் தேவரீர் இவ னோடு மந்திரவாதம் செய்து இவனை வெல்லாமல் வாளா இருப்பின் இவன் பலரிடமும் சென்று யான் தேசிகரிடம் சென்று அவரை மந்திர வாதம் புரிய அழைத்தேன். அவர் என்னோடு மந்திரவாதம் புரிதற்கு அஞ்சி வாளா இருந்து விட்டார் என்று கூறுவான். அதனால் தேவரீருடைய பெரும்புகழ் மறைந்துவிடும்" என்று கூறினார்கள்.

தேசிகர் அம் முதலிகள் கூறியவற்றை ஏற்றுக்கொண்டு அம்மந்திரவாதி யின் பால் சென்று, தமக்குமுன் தரையில் ஏழு கீற்றுகளைக் கீறி, அம் மந்திரக்காரனை நோக்கி, "அன்பனே! உன்னாற் செய்யக் கூடியன வற்றைச் செய்க" என்றார். அவன் சில மந்திரங்களை உச்சரித்து கொடி யனவாகிய சில பெரிய பாம்புகளை ஏவினான். அவை அவ்வேழு கீற்றுகளில் முதற் கீற்றையும் கடக்க முடியாதவனாய் நின்று விட்டன. அவன் மேலும் சில வலிய பாம்புகளை ஏவினான். அவை இரண்டு கீற்றுக்குள்ளாகவே நின்றுவிட்டன. அவன் அதனைக் கண்டு, மிக்க சினங்கொண்டு, "சங்கபாலன்" என்னும் ஒரு நாகப்பாம்பை ஏவினான். அஃது அவ்வேழு கீற்றுகளையும் கடந்து தேசிகர் அருகில் வந்து விட்டது. தேசிகர் அதனைக் கண்டு கருட தண்டத்தைச் அருளிச் செய்தார். உடனே பெரிய திருவடியானவர் அங்கு எழுந்தருளி, அந் நச்சரவை எடுத்துக் கொண்டு போய் விட்டார். அம் மந்திரவாதி அதனைக் கண்டு விரைந்து சென்று நேசிகருடைய திருவடிகளில் தன் முடிபட வணங்கி, "அரும்புலச் செல்வரே! அவ் வன்பேர்அரவை வருவித்துக் கொடுத்தருளல் வேண்டும்" என்று வேண்டிக் கொண்டான். தேசிகர் முன் தாம் இயற்றியிருந்த, கருட பஞ்சாசத்து என்பதனை ஓதி "அவ் அரவைக் கொணர்ந்து அளித்தருளல் வேண்டும்" என்று பெரிய திருவடி நாயனாரை வேண்டினார். பெரிய திருவடி நாயனாரும் உடனே அவ் வல்லரவினைக் கொணர்ந்து, தேசிகரிடம் கொடுத்தருளிச் சென்றார். தேசிகர் அதனை அம் மந்திரவாதியிடம் கொடுத்தருளினார்.

அவன் அதனைப் பெற்றுக் கொண்டு, தேசிகரை மீண்டும் துன்புறுத்தக் கருதி, அவர் உறைவிடத்துக்கு அருகில் ஓரிடத்தில் மறைவாக தங்கி இருந்து தக்க சமயத்தை எதிர்நோக்கிக் கொண்டிருந்தான். தேசிகர் ஒருநாள் தலையில் எண்ணெய் இட்டுக் கொண்டிருந்தார். அம் மந்திரவாதி உடனே முற்கூறிய மாயத்துறவியைப் போல ஒரு குளத்திலே மூழ்கி, அதில் உள்ள தண்ணீரைக் குடித்துத் தேசிகர் வயிறு வீங்கப் பெற்றுத் துன்புறச் செய்தான். தேசிகர் அதனை அறிந்து கொண்டு முன்போலவே எதிரில் இருந்த தூணைக் கீறினார். அம் மந்திரவாதி குடித்த நீர் எல்லாம் கீற்றின் வழியாகப் பெருகி வரலா யிற்று. அம் மந்திரவாதி அதனால் பெருந்துன்பம் எய்தி, விரைந்து ஓடிவந்து தேசிகர் திருவடிகளிலே தன் முடிபட விழுந்து வணங்கி, "பெரியீர்! அடியேன் அறிவின்மையாலே தேவரீருக்குத் தீமை செய்ய எண்ணினேன். அறிவில் மிக ஏழையாகிய அடியேன் செய்த குற்றங் களை மன்னித்து அருளல் வேண்டும்" என்று கூறியருளினான். அம் மந்திரவாதி தேசிகரை நோக்கி, "பெரீயீர், சருவதந்திர சுதந்திரர் என்னும் விருது பெயர் தங்களுக்கு ஏற்றதே ஆகும்" என்று கூறி, அவரை மீண்டும் வணங்கி விடைகொண்டு சென்றான்.

## தேசிகரும் அயக்கிரீவரும்

ஒரு சமயம் திருக்கோவலூருக்கு அருகில் உள்ளதொரு காட்டிலே ஒரு வைணவர் மனையிலே அன்று உணவு இன்றித் தங்கி இருந்தார். அன்று இரவு துயில் கொண்டிருந்த நேசிகரை எழுப்பி. "அரும்புலச் செல்வரே! ஒரு வெள்ளைக் குதிரை வந்து எங்கள் மனையிலே உள்ள கடலைகளைத் தின்கின்றது. தங்கள் குதிரையாக இருக்கும் என்று கருதுகின்றேன். அருள்கூர்ந்து அதனைக் கடலைகளைத் தின்னாமல் இருக்கும்படி செய்யல் வேண்டும்" என்று கூறினார். தேசிகர் அவ் வைணவரை நோக்கி, "அன்பரே! சிறிது பாலமுது கொண்டுவந்து கொடும், அவ்வாறே செய்கின்றோம்" என்று கூறினார். அவ் வைணவர் அங்ஙனமே நிரம்பப் பாலமுதைச் கொண்டுவந்து கொடுத்தார். தேசிகர், அந்தப் பாலமுதை அயக்கிரீவருக்கு ஆராதித்துத் தம்முடன் இருக்கும் முதலிகளுக்கும் கொடுத்தருளித் தாமும் உண்டார். அவ் வைணவரை நோக்கி, "அன்பரே! இனி அக்குதிரை உம்முடைய கடலைகளைத் தின்னாது" என்று கூறினார். அந்த வைணவர், தேசிகர்

திருவடிகளை வணங்கி, "அருட்குணப் பெரியீர்! அக் குதிரையை யாதோ ஒரு குதிரை என்று எண்ணினேன். தானே வந்த அருட் செல்வத்தை என் அறியாமையாலே இழந்து விட்டேனே! அக் குதிரையை இன்ன குதிரை என்று யான் அறிந்திருப்பேனானால் என்பால் உள்ள கடலைகளையும் மற்றும் அக் குதிரை அமுது செய்தற்கு உரிய எல்லாப் பொருள்களையும் கொணர்ந்து அதற்கு முன் வைத்திருப் பேனே! அறியாமற் போனேனே" என்று கூறி வருந்தினார். தேசிகர், அந்த வைணவரை நோக்கி, "அன்பரே! அக் குதிரை உலகை உண்டு விடுதற்கு உரிய குதிரை; அதற்கு வயிறு நிரம்ப உணவு அளிக்க எவரால் இயலும்? அடியவர்கள் அன்போடு பச்சிலையை அளிப்பினும் அதனைக் கொண்டும் அது நிறைவு அடையும் குதிரை ஆகும். நீர் மனம் தளருதல் வேண்டா" என்று கூறினார். அவ் வைணவர் மறுநாள் அயக்கிரீவருக்கு விருப்பமான பலவகை அமுதுகளைச் செய்து அயக்கிரீவரை ஆராதித்தனர்.

## தேசிகர் கொத்தனை வெல்லுதல்

தேசிகர், திருக்கோவலூருக்குச் சென்று, ஆயனாரை வணங்கித் திருவயிந்திரபுரத்துக்கு வந்து அங்கு எழுந்தருளியிருந்து கொள்கையை வளர்த்து வரலாயினர். தேசிகர்பால் பொறாமை கொண்டவர்களாகிய தீயவர்கள் ஒரு கொத்தனைத் தேசிகர்பால் சென்று. "ஒரு கிணறு கட்டித் தரும்படி கேள்" என்று கூறி ஏவினார்கள். அவனும் அங்ஙனமே வந்து "அறிஞரே! நீர் கிணறு கட்டுதல் வேண்டும். அப்படிக் கிணறு கட்டினால்தான், உமக்கு சருவதந்திர சுதந்திரர் என்றும் விருதுப்பெயர் ஏற்கும்; இல்லாவிடில் ஏற்காது" என்று கூறினான். தேசிகர் புன்னகை புரிந்து, அவனை நோக்கி, "அன்பனே! அங்ஙனமே கிணறு கட்டுகின் றேன். அதற்கு வேண்டிய கற்கள், சுண்ணாம்பு முதலியவற்றைத் தருவித்துக் கொடுப்பாயாக" என்று கூறியருளினார். அக் கொத்தனும் அங்ஙனமே கிணறு கட்டுவதற்கு வேண்டிய கற்கள் முதலியவற்றைத் தருவித்துத் தந்தான். தேசிகர் தாம் உள்ள மாளிகையிலே சிறந்ததொரு கிணற்றைக் கட்டி அக் கொத்தனை அழைத்துக் காண்பித்தார். அவன் அதனைக் கண்டு வியப்பு எய்தித் தேசிகர் திருவடிகளை வணங்கி, "எம்மடிகாள், நாள் கிணறு கட்டுந் தொழிலில் மிக்க பழக்கம் உடையவன். என்னினும் சிறந்த பழக்கம் உடையவர்களாலும் இவ்வளவு செம்மையாகக் கிணறு கட்டுதல் முடியாது. சிலர் ஏவுதலால்

அடியேன் தங்களை ஆய வந்தேன். அடியேன் தங்கள்பால் ஏவியவர்கள் தங்களிடம் பொறாமை கொண்டே ஏவினார்கள். அதனைக் கேட்டு வந்து தங்களிடம் வன்சொற்களைக் கூறினேன். தேவரீர் என் குற்றத்தை மன்னித்து அடியேனை ஆட்கொள்ள வேண்டும். என்னைத் தங்கள்பால் ஏவினவர்கள் கொண்ட பொறாமை, அடியேன் தங்கள் திருவருளைப் பெறுதற்கும், தங்கள் புகழ் குன்றின் மேல் இட்ட விளக்குப்போல விளங்குதற்கும் காரணம் ஆயிற்று" என்று கூறினான். தேசிகர் அவனை அன்புடன் அருகில் இருத்தித் திருவிலச்சினை முதலிய ஐந்து அங்கங் களையும் அளித்தருளினார். கொத்தன் தேசிகரை வணங்கினான். தேசிகர் அவனை நோக்கி, "நின் அன்பு வாழ்க. வாழ்வுறு நெஞ்சினோன் திருவருள் உனக்கு நன்கு வாய்க்கும்; நின் அன்பு வாழ்க" என்று வாழ்த்தினார்.

## தேசிகர் நூல் பல இயற்றுதல்

தேசிகர் திருவரங்கத்தில் எழுந்தருளி இருந்து தரிசனத்தை வளர்த்து வருகையிலே, வேறு நாடுகளில் இருப்பவர்களும், பலர் இவருடைய மேன்மைகளைக் கேள்வியுற்று, வந்து தேசிகர் திருவடிகளை அடைந்து அவரால் திருவிலச்சினை முதலிய ஐந்து அங்கங்களையும் பெற்றார்கள். அவர்களுள் சிலர், "தரிசனத்தின் பொருள்களை அடியோங்கள் எளிதில் உணர்ந்துகொள்ளும்படி தேவரீர் சுருக்கிக் கூறியருளல் வேண்டும்" என்று வேண்டினார்கள். தேசிகர் அவர்கள் வேண்டுகோட்கு இணங்கி சம்பிரதாய பரிசுத்தி, தத்துவ பதவி, இரகசிய பதவி, தத்துவ நீதம், இரகசிய நவநீதம், தத்துவதிரய சுளகம், சாரசங்கேபம், தத்துவ மாதிரிகை, தத்துவ ரத்தினாவலி, பிரதிபாத்யசங்கிரகம், இரகசிய இரத்தினாவலி இருதயம், தத்துவ சிகாமணி, இரகசிய சிகாமணி, அஞ்சலி வைபவம், பிரதானசதகம், பரமபதசோபானம், அபயபிரதான சாரம், உபகாரசங்கிரகம், சாராங்கி ரகம் முதலிய பல நூல்களை இயற்றிப் பலருக்கும் அவற்றின் பொருள்களைக் கூறியருளி இராமானுசத் தரிசனத்தை வளர்த்து வரலாயினார்.

## தேசிகர் மனநிலை

தேசிகர் இங்ஙனம் தரிசனத்தை வளர்த்து வருகையிலே தேசிகருடைய முதல் மாணாக்கரும் அவர்பால் எல்லா நூற்பொருள்களையும் பயின்று நுண்மதியினராய் விளங்கியவரும் ஆகிய பேரருளாளன் ஐயர் துறவறம்

மேற்கொள்ள விரும்பினராக, அவரை அவ்வாறே துறவறம் மேற் கொள்ளச் செய்து, அவருக்குப் பேரருளாளசீயர் என்னும் திருப்பெயரை அருளினார். பிறகு வீரவல்லி - கிருட்டினமாசாரியர் துறவறம் மேற் கொள்ள அவருக்கு வெண்ணெய்க் கூத்தசீயர் என்னும் திருப்பெயரை யும், குமாண்டூர் அப்பை என்பவர் துறவறம் பூண்டாராக அவருக்குப் "பிரபாகர சீயர்" என்னும் திருப்பெயரையும் அளித்தருளினார். பின் பிள்ளைலோகாசாரியார், தேசிகருடைய நூல்களின் மேன்மைகளைக் கண்டு மகிழ்ந்து,

> சீரொன்று தூப்புற் றிருவேங் கடமுடையான்
> பாரொன்றச் சொன்ன பழமொழிகள் – ஓரொன்று
> தானே யமையாதோ ? தாரணியில் வாழ்வார்க்கு
> வானேறப் போமளவும் வாழ்வு

என்று ஒரு வெண்பாவைப் பாடிப் புகழ்ந்தார். தேசிகர்பால் அழுக்காறு கொண்டவர்களாகிய சில வைணவர்கள் அவருக்கு அவமானத்தை உண்டாக்க எண்ணித் தங்கள் கால் செருப்புகளை அவர் திருமாளிகை யிலே அவர் வரும் வழியில் கட்டி வைத்து அவற்றின் எதிர்ப்பக்கத்தில் நின்று கொண்டிருந்தார்கள். தேசிகர் யாதோ இன்றியமையாத வேலையின் பொருட்டுச் செல்ல வெளியில்வர அச்செருப்புகள் அவர் தலையிற்பட்டன. தேசிகர் அவற்றைக்கண்டு முகமலர்ச்சியோடு "நல்வழியைப் பெறச் சிலர் கருமத்தையும், சிலர் ஞானத்தையும் பற்றி நிற்கின்றார்கள். நாமோ பாகதவர்களுடைய மிதியடிகளைப் பற்றி நிற்கின்றோம்" என்னும் கருத்து அமைந்த ஒரு சுலோகத்தைக் கூறினார். அதனை அவ் வைணவர்கள் கேட்டு நாணம் உற்றுத் தேசிகர்பால் எய்தி அவர் திருவடிகளை வணங்கித் தங்கள் குற்றத்தை மன்னித்தருளும்படி வேண்டிக் கொண்டு சென்றார்கள்.

பிறகு ஒருநாள் சில வைணவர்கள் தேசிகர் பிச்சைக்கு வந்த போது அவர்பால் தங்களுக்கு உள்ள அன்பின் மிகுதியாலே அமுது படியுடன் சில பொன் நாணயங்களையும் கலந்து பிச்சையிட்டார்கள். தேசிகர் தாம் பிச்சையேற்றுக் கொண்டுவந்த அமுதுபடியைத் தம்முடைய இல்லக் கிழத்தியாரிடம் அளித்தருளினார். அவ் அம்மையார் அவ் அமுதுப் படியை ஆய்ந்து அதிற் பொன்நாணயங்கள் இருத்தலைக் கண்டு அவற்றைக் கொண்டு வந்து தேசிகர் திருமுன் வைத்து அவை அமுதுபடியில் இருந்தவை என்பதையும் கூறினார். தேசிகர் கோலாலே

அப்பொன் நாணயங்களைப் புழுக்களை அருவருத்துத் தள்ளுதல் போலத் தள்ளிவிட்டார். அச் செயலைக் கண்டவர்கள், "இவர் சிறந்த அவதாரபுருடர்" என்று தேசிகரைப் புகழ்ந்து கொண்டாடினார்கள்.

தேசிகர் பிறகு ஆயிரம் சுலோகங்கள் அமைந்த "பாதுகா சகத்திரம்" என்னும் நூலை இயற்றி அழகிய மணவாளனை வணங்கிப் போற்றி நின்றார். அப்போது அழகிய மணவாளன் அருச்சகர் மீது ஆவேசித் தருளித் தேசிகரை நோக்கி, "அரும்புலச் செல்வனே, கவிதார்க்கிக சிங்கம் என்பது முதலிய விருதுப் பெயர்கள் உனக்கு ஏற்புடையனவே யாம்" என்று அருளினான். பிறகு தேசிகருக்குச் சடகோபம், தீர்த்தம், மாலை முதலியன அளிக்கப்பட்டன.

## தேசிகர்தம் கனவில் நம்மாழ்வார்

ஒருநாள் இரவில் தேசிகர் கனவில் நம் ஆழ்வார் தோன்றினார். தேசிகர் விடியலில் எழுந்து ஆழ்வார் திருவருளை எண்ணி ஆழ்வாரைப் பலபடியாகப் போற்றி வணங்கித் திருவாய்மொழிக்குத் திருக்குருகைப் பிரான் பிள்ளான் அருளிச் செய்த ஆறாயிரப்படி என்னும் உரைக்குத் தாம் அப்புள்ளார்பால் கேட்ட நுண்பொருள்களை எல்லாம் அமைத்துத் தாம் ஒரு உரை செய்யக் கருதி முதலில் நாலாயிரத்தில் உள்ள பிரபந்தங் களினுடைய கருத்துகளைச் சுருக்கமாகக் கூறிப் பிறகு திருவாய்மொழி யின் பொருள்களை விரிவாகக் கூறி, நூலை முடித்து அதற்கு, "நாலாயிரக் கருத்து", "நிகபரிமளம்" என்னும் திருப்பெயர்களை இட்டார். பின் வடமொழியிலே; திராவிடோப நிடத சாரம், திராவிடோப நிடத தாத்துபரிய ரத்தினாவலி என்னும் இரண்டு நூல்களை இயற்றியருளிப் பிறகு தமிழில்; திருமந்திரச்சுருக்கு, துவயச் சுருக்கு, சரமசுலோகச் சுருக்கு, கீதார்த்த சங்கிரகம், ஆகாரநியமம் என்னும் நூல்களை இயற்றி அவற்றின் பொருள்களை யாவருக்கும் கூறியருள்வாராயினர்.

தேசிகர் ஒரு நாள், "அமலன் ஆதிபிரான்" என்று தொடங்கும் திருப் பாணாழ்வார் அருளிச் செயலை ஓதிப் பெரிய பெருமாளைச் சேவித்து, அந்த அனுபவத்தையே, தியான சோபானம் என்னும் ஒரு தோத்திர மாக அருளிச் செய்தார். அதனைக் கேட்ட பேரருளாளர் சீயர் முதலிகள் தேசிகரை நோக்கி, "எம்மடிகாள்! தேவரீருடைய அனுபவம் அடியேங்கள் மனத்திலே நன்கு பொருந்தி விளங்கும்படி, தேவரீர்

அமலனாதி பிரானுக்கு ஓர் உரை செய்தருளல் வேண்டும்" என்று வேண்டினார்கள். தேசிகர் அவ்வாறே அமலனாதிபிரானுக்கு உரை செய்து, "மதுரகவி இருதயம்" என்னும் திருப்பெயரை இட்டனர்.

தேசிகருடைய திருவருள் பெற்ற அடியார்களுள் ஒருவன் ஆகிய "சருவக்கிய சிங்கப்ப நாயக்கன்" என்பவன் வடநாட்டிலே ஒரு மன்னர்பால் உயர்ந்ததொரு உத்தியோகத்தில் அமர்ந்திருந்தனன். அவன் ஒருகால் தேசிகரை நேரிற் சேவித்து வணங்குதல் வேண்டும் என்று விரும்பினான். ஆனால் அவனுக்கு அப்போது தம் அரசருடைய சில பணிகளைக் கவனிக்க வேண்டுவது இன்றியமையாததாக இருந்தமை யால் தேசிகரை நேரில்வந்து சேவித்தல் அவனுக்கு இயலாததாயிற்று. ஆதலின், அவன் தனக்குச் சிறந்த நுண்பொருள்களை விளக்கியருளுதல் வேண்டும் எனத் தன் விருப்பும் பணிவும் தோன்றும்படி ஒரு திருமுகம் எழுதித் தேசிகருக்குச் சிலர் மூலமாக அனுப்பினான். தேசிகர் அதனால் அவனுடைய ஆர்வ மிகுதியையும், மனத்தூய்மையையும் நன்குணர்ந்து கொண்டு, சுபாடித நீவி, தத்துவ சந்தேசம், இரகசிய சந்தேசம், இரகசிய சந்தச விவரணம் என்னும் நூல்களை இயற்றிச் சிலர் மூலமாக அவனுக்கு அனுப்பினார். தேசிகர் இவ்வாறு, இமயவரை முதல் கன்னியாகுமரி வரையிலும் தம்முடைய புகழ் விளங்கியிருக்கத் தரிசனத்தை வளர்த்து வந்தனர்.

## தேசிகருக்கு மகன் தோன்றல்

தேசிகர் கனவில் பேரருளாளன் தோன்றி, அவரை நோக்கி, "அன்பனே! உனக்கு நம்முடைய அமிசமாக ஒரு மைந்தன் தோன்றுவன். அவனுக்கு நம்முடைய பெயரை இடுக" என்றருளினான். அவ்வாறே தேசிகருக்கு ஒரு மைந்தர் தோன்றினர். தேசிகர் அம் மைந்தருக்கு வரதன் என்னும் திருப்பெயரை இட்டார். பின் அம் மைந்தருக்குத் தாமே கல்வி கற்பிக்கத் தொடங்கி வேதாந்தம் முதலிய பல நூல்களையும் கற்பித்தார். அம் மைந்தரும், பேரருளாளன் திருவருளினாலே தோன்றியவர் ஆதலின் எல்லா நூல்களையும் நன்கு உணர்ந்து பேரறிவு உடையவராய் விளங்கித் தேசிகரைப் பற்றி இயற்றிய தனியனோடு சேர்த்து ஓதலானார். சுதரிசனப்பட்டர் முதலிய பெரியோர்கள், வரதாசாரியர் இயற்றிய தனியனைக் கேட்டு, "மிக நன்றாய் இருக்கின்றது" என்று கொண்டாடினர். பேரருளாளர் சீயர், "வரதாசாரியரால் இயற்றப் பெற்ற

தனியனையே ஓதும்படி கட்டளையிட்டருளுதல் வேண்டும்" என்று தேசிகரை வேண்டி, அவர் கட்டளைப் பெற்று, அதனையே ஓதிக் கொண்டு வரதாசாரியர்பால் மிக்க அன்புடையவர்களாய் இருந்தார்கள்.

## கந்தாடை இலக்குமணாசாரியர்

ஒருநாள் தேசிகர் தம் மாணாக்கர்களுக்கு நூற்பொருள்களைக் கூறிக் கொண்டிருக்கையிலே கந்தாடை இலக்குமணாசாரியார் பெருந் திரளாகிய மாணாக்கர்களுடன் அந்தத் தெருவழியாக வந்தார். தேசிகர் தம்முடைய மாணாக்கர்களுக்கு நூற்பொருள்களைக் கூறுவதில் மனத்தைச் செலுத்திக் கொண்டு இருந்தமையின் அவ் ஆசிரியர் வந்ததைக் கவனிக்காமல் இருந்தார். அவ் ஆசிரியருடைய மாணாக்கர் களுள் சிலர் தேசிகர்பால் வந்து அவரைப் பல கொடுஞ் சொற்களைக் கூறி வைது தேசிகர் மனம் வருந்தும்படி செய்தார்கள். தேசிகர் அவர் களை நோக்கி, "அறிஞர்களே! அடியேன் மனம், இங்கு எழுந்தருளி உள்ள முதலிகளுக்கு நூற்பொருள்களைக் கூறுவதிலே சென்றிருந்தமை யின் அப் பெரியார் எழுந்தருளியதை அறியாதவன் ஆனேன். அறியாமையாற் செய்த அடியேன் தவற்றை மன்னித்தருளுங்கள்" என்று வேண்டிக் கொண்டார்.

கந்தாடை இலக்குமணசாரியார் அந் நிகழ்ச்சிகளுள் ஒன்றையும் அறியாதவராய் இருந்தும் அவருடைய மாணாக்கர்கள் தேசிகருக்குச் செய்த அபசாரச் செயலால், அவ்வாசிரியர் திருமேனியிலே "சோகை" என்னும் நோய் உண்டாயிற்று; அதனால் அவருக்கு மகப்பேறும் இலதாயிற்று, அவருடைய கற்பிற் சிறந்த மனைவியார் அவரை நோக்கி, "என் அன்பிற்கு உரியீர், எம்பெருமான் திருவடிகளை மறவாமல், அறவழியிலே நின்று பலருக்கும் நலம் புரிந்துவரும் தங்கள் திருமேனி யில் இந்நோய் வருதற்குக் காரணம் யாதோ? ஒருகால் பாகவதாபசாரம் யாதேனும் நேர்ந்திருக்குமோ? என்று ஐயுறுகின்றேன்" என்று கூறினர். இதுகாறும் யான் என் மனமறியப் பாகவதாபசாரம் ஒன்றையும் புரிந்தி லேன். "என்னை அறியாமல் ஏதேனும் பாகவதாபசாரம் நேர்ந்துளதா? என்பதனை மாணாக்கர்க ளைக் கேட்டு வருவோம்" வருக! என்று கூறிப் பின் அவ் அம்மையாரோடு சென்று தம்முடைய மாணாக்கர்களை நோக்கி "அரும்புலச் செல்வர்களே, ஏதேனும் பாகவதாபசாரம் நேர்ந்தது உளதாயின் கூறுமின்" என்று கேட்டார்.

அவர்களுள் சிலர் அவரை வணங்கி "எம்மடிகாள் தேவரீர் ஒருநாள் பல முதலிகளின் திரளோடு தேசிகர் தம்முடைய மாணாக்கர்களுக்கு நூற் பொருள்களைக் கூறிக் கொண்டிருந்த இடத்தின் அருகில் எழுந்தருளி னீர்கள். தேசிகர் எழுந்துவந்து தங்களுக்கு மரியாதை செய்யாமையைக் கண்டு நாங்கள் சினங்கொண்டு, அவர்பால் சென்று அவரை வைதோம். அவர் அது தம் அறியாமையால் நேர்ந்த பிழை என்று கூறி மன்னிப்புக் கேட்டுக் கொண்டார். நாங்கள் வந்துவிட்டோம். பிறகு அவர் தம்முடைய குடும்பத்தோடும் தம்முடன் இருந்த முதலிகளோடும் கோயிலை விட்டுப் போய் விட்டார்" என்று கூறினார்கள். அதைக் கேட்டவுடன் அவ்வாசாரியர் உடலும் அவருடைய இல்லக் கிழத்தியார் உடலும் நடுநடுங்கின. அவர்கள் மூர்ச்சையாய்த் தரையில் விழுந்து விட்டார்கள். பிறகு, பிறர் தேற்றத் தேறி எழுந்தார்கள். பின் அவ்வாசாரியர் அம் மாணாக்கர்களை நோக்கி, "அன்பர்களே! நீங்கள் என்பாற் பல நூற்பொருள்களைக் கேட்டதன் பயன் இதுதானா? தேசிகர் எனக்கு மரியாதை செய்யாத தற்காகச் சினங்கொண்டு நீங்கள் அவர் மனம் வருந்த அவரை வைதசெயல் அறிவுடையார் அறியின் பழித்தற்கு உரியதன்றோ? ஒருவர் தமக்கு ஓரிடத்தில் அன்பு உளதாயின் அதன் பொருட்டு எதனையும் ஆய்ந்து அறியாமற் செய்தல் அறிவுடைய செயல் ஆகுமா? நேசிசுரை எத்தகையர் என்று நீங்கள் அறிந்து கொண்டீர்கள்? அவர் பல மன்னர்களும் செல்வர்களும் மண்ணையும், பொன்னையும் அவருக்கு கொடுக்க விரும்பினபோதும் அவற்றை எல்லாம் அவர் வெறுத்துத் தள்ளி உலகத் துயிர்களுடைய நன்மைகளையே நாடி இராமானுச தரிசனத்தை வளர்த்து வரும் அருந்தவச் செல்வர் அல்லரோ? அன்றியும் நம்பெருமான் திருவடிகள் ஆகிய மலர்கள் என்றும் மலர்ந்து பொலிந்து விளங்கப் பெற்ற திருமனத்தினரல்லரோ? ஒப்புதற்கு அரிய அத்தகையப் பாகவதரை வைததினும் கொடிய அபசாரம் யாது உளது? வாருங்கள் அவர் உள்ள இடந் தேடிச்சென்று அவரை வணங்கி மன்னிப்புக் கேட்டுக் கொண்டு, அவர் திருவருளைப் பெற்று உய்வோம்" என்று கூறி சத்தியமங்கலத்திலே எழுந்தருளி உள்ளனர் என்பதை அறிந்து சென்று, சத்தியமங்கலத்தை அடைந்து தேசிகரைக் கண்டு மனைவியாரோடும் மாணாக்கர்களோடும் அவர் திருவடிகளை வணங்கினார்.

தேசிகர் அவ்வாசிரியரை நோக்கி, "அரும்புலப் பெரியீர்! தேவரீர் வந்து

அடியேனை வணங்குதற்குக் காரணம் யாது?" என்று கேட்டார். அவ்வாசிரியர், தம் மாணாக்கர்கள் தமக்குத் தெரியாமலே அவரை வைது துன்புறுத்தினர் என்பதையும் அதனால், தமக்கு நோயுண்டாயிருப் பதையும் தெரிவித்து ஓர் ஆண்டளவும் அவருடைய திருவடி தீர்த்தத்தைப் பெற்று வருவாராயினர். அந்தத் தீர்த்தத்தின் மாண்பினால் அவ்வாசிரியர் திருமேனியில் உண்டாகிய சோகை ஆகிய நோய் நீங்கிவிட்டது. அன்றியும் அவ்வாசாரியருடைய மனைவியாரும் கருவுற்றார். அவற்றால் அவ்வாசாரியார் மகிழ்வுற்றுத் தேசிகரை நோக்கித், "தேவரீர் கோயிலுக்கு எழுந்தருளுதல் வேண்டும்" என்று வேண்டினார். தேசிகர், "நான், திருநாராயணபுரத்திற்குச் சென்று சில நாள்கள் தங்கி இருந்து பின் வருகின்றேன்" என்று கூறினார். அவ்வாசாரியர் தேசிகர்பால் விடைபெற்றுக் கொண்டு தம்முடைய மனைவியாரோடும் கோயிலுக்குச் சென்றார். கோயிலிலே ஆசாரி யாருக்கு ஒருமைந்தன் தோன்றினான். அம் மைந்தன் தேசிகருடைய திருவடித் தீர்த்தத்தினால் தோன்றினவன் ஆதலின், "தீர்த்தப் பிள்ளை" என்னும் திருப்பெயரை இட்டனர். அன்றியும், அவ்வாசாரியார் அம் மைந்தனுக்குத் தம் தந்தையாருடைய பெயரை யும் தேசிகர் பெயரையும் சேர்த்து "ஆயியாழ்வான் பிள்ளை" என்னும் பெயரையும் இட்டார்.

## பேரருளாளச் சீயர் மாயாவாதியை வெல்லுதல்

தேசிகர் திருவரங்கம் பெரிய கோயிலிலே எழுந்தருளி இருக்கை யிலே வட நாட்டிலிருந்து மாயாவாதி வந்து தேசிகரை என்னோடு வேதாந்தத்தில் வாதம்புரிய வருதல் வேண்டும் என்று அழைத்தான். தேசிகர் பேரருளாளச் சீயரை நோக்கி, "நீர் இந்தப் புலவனோடு வாதம் புரியக் கடவீர்" என்று கூறினார். பேரருளாளச் சீயரும் தேசிகர் கட்டளை யின்படி அப் புலவனோடு மூன்று நாள்கள் வாதப்போர் புரிந்து அவனை வென்று தேசிகர் திருவடிகளை வணங்கும்படி செய்தார். பேரருளாளச் சீயர் அப்புலவனோடு புரிந்த வாதத்தின் முறைகளைப் புகழ்ந்து, அவருக்குப் பிரமதந்திர சுதந்திரர் என்னும் விருதுப்பெயரை வழங்கினார்.

## துருக்கர்கள் படை எடுப்பு

தேசிகர் இங்ஙனம் பெரும்புகழுடன் எழுந்தருளி இருக்கையிலே துருக்கர்களின் பெரும்படை, "திருசிரபுரம்" என்னும் திரிச்சிராப்பள்ளி

யிலே வந்து புகுந்து; பலரைக் கொன்று பொருள்களைக் கொள்ளை யிட்டுத் தங்கள் வெற்றிக் கொடியை நட்டு வைத்தார்கள். அதனை அறிந்த கோயில் அதிகாரி, அத் துருக்கர்கள் கோயிலுக்குள்ளும் புகுதல் கூடும் என்று அஞ்சி, பெரிய பெருமாளுக்குக் கல்லாலே திருத்திரை இட்டு, முன்னே ஒரு சிலையை வைத்து விட்டுப் பெருமாள் நாச்சி மார்கள் சிலைகளை ஒரு பெட்டியிலே இட்டு, அப்பெட்டியைப் பலரோடு எடுத்துக் கொண்டு காட்டுக்குப் போய் விட்டனர். அப்போது தேசிகர் பெருமாளைப் பின்தொடர்ந்து செல்லக் கருதினார். சுதரிசனப் பட்டர் தேசிகர் கருத்தைச் சிலரால் உணர்ந்து கொண்டு அவர்பாற் சென்று, தேசிகர் கையைப் பற்றிக் கொண்டு, தாம் முன்பு இயற்றிய, சுருதப்பிரகாசிகை என்னும் நூலை அவர்பால் தந்தருளி, "அரும்புலச் செல்வரே, இந்நூலை நீர் நன்கு ஆய்ந்து, பரவச் செய்தல் வேண்டும். நம்முடைய அம்மாள், தூப்புல் பிள்ளையாலேதான் இந்நூல் உலகிலே தழைத்தோங்கும் என்று அருளிச் செய்தார். அதனாலேதான் இப்போது உம்மிடம் சேர்ப்பித்தேன். நீரே இதன் காப்புக் கடவுள்" என்று கூறியருளி இளஞ்சிறுவர்களாகிய தம்முடைய மைந்தர்கள் இருவரையும் அவர் கையிலே ஒப்புவித்தருளி, "இச் சிறுவர்களையும் நீரே காத்தல் வேண்டும்" என்று கூறி அவர்பால் விடைபெற்றுக் கொண்டு சென்றார். சத்தியமங்கலத்துக்குச் செல்லக் கருதிய தேசிகர் துருக்கர்களுக்கு அஞ்சிச் சுருதப் பிரகாசிகை என்னும் அந் நூலை தக்கதோர் இடத்தில் மணலிலே புதைத்து வைத்துவிட்டுச் சுதரிசனப் பட்டருடைய மைந்தர்களோடு அங்குக் கிடந்த பிணக்குவியலிலே மறைந்து கொண்டிருந்தனர். மேற்றிசை வானம் சிவப்புற்றது. அச் செங்கதிர்ச் செல்வன் அக் கொடியவர்கள் புரியும் கொடுஞ்செயலைப் பார்த்துக் கொண்டிருக்க மனம் இல்லாதவனாகி மறைந்துவிடக் கருதினவன் போல மேற்றிசை யிலே சென்று மறைந்தான். தேசிகர் அம் மைந்தர்களோடு அப் பிணக்கு வியலினின்று வெளிவந்து, சுருதப் பிரகாசிகை என்னும் நூல் எழுதப் பெற்றுள்ள பட்டோலையைப் புதைத்து வைத்திருந்த இடத்துக்குச் சென்று தோண்டி எடுத்துக் கொண்டு, சத்தியமங்கலத்திற்குச் செல்ல புறப்பட்டார். அங்ஙனம் புறப்பட்டவர், பிரமதந்திர சுதந்திர சீயர் முதலியவர்கள் காணப்படாமையால் "அந்தோ! அரும்புலச் செல்வர் களை இழந்தோமே!" என்று மிகவும் வருந்தி அவர்கள் அகப்படுவார் களா? என்று திரும்பிப் பார்த்துக் கொண்டே சென்று, ஒரு பெருங்

காட்டை அடைந்தார். பிரமதந்திர சுதந்திரசீயர் முதலிய முதலிகள் பெருமாளைப் பின்தொடர்ந்து சென்று, காட்டை அடைந்து அங்குத் தேசிகர் காணப்படாமையால் மிகவும் வருந்தி, "மீண்டும் கோயிலுக்குச் சென்று தேசிகரைத் தேடிப் பார்ப்போம்" என்று எண்ணிக் கோயிலை நோக்கிச் சென்றார்கள். அங்ஙனம் சென்றவர்கள் தற்செயலாகத் தேசிகர் உள்ள காட்டை அடைந்தார்கள். தேசிகர் அவர்களைக் கண்டு தழுவிக் கொண்டு மகிழ்ந்தனர். அவர்களும் தேசிகர் திருவடிகளை வணங்கி மகிழ்ந்தார்கள்.

பிறகு தேசிகர் அம் முதலிகளோடு சத்தியமங்கலத்தை அடைந்து சுதரிசனப்பட்டர், தம்பால் அருளிய சுருதப்பிரகாசிகையை நன்கு ஆய்ந்து அதன் பொருள்களை முதலிகள் அனைவருக்கும் கூறியருள லானார். அன்றியும், சுதரிசனப்பட்டருடைய மைந்தர்கள் இருவருக்கும் இளமையிற் செய்தற்கு உரிய பூணூல் அணிவித்து, அவர்களுக்குக் கல்வியைக் கற்பிக்கத் தொடங்கிப் பல நூல்களையும் கற்பித்து வரலானார்.

## தேசிகர் உடையவர் திருவருளைப் பெறல்

கோயிலினின்று அழகிய மணவாளனைக் கொண்டு சென்றவர்கள், அழகர் திருமலையிலே சில நாள்கள் தங்கி இருந்து,பிறகு மேல்நாட்டின் வழியாகத் திருமலைக்குச் சென்று, அப் பதியிலே அழகிய மண வாளனை எழுந்தருளச் செய்து, நாள் பூசை முதலியவற்றை நடத்தி வரலானார்கள். அழகிய மணவாளன் அங்கு எழுந்தருளி இருக்கை யிலே தேசிகர் தம்முடைய குடும்பத்தோடும், முதலிகளோடும் திரு நாராயணபுரத்துக்குச் சென்று, செல்வப்பிள்ளையையும், எதுகிரிநாச்சி யாரையும் சேவித்து வணங்கிப் பிறகு உடையவர் கோயிலின் சென்று உடையவரைச் சேவித்து நின்றார். உடையவர் மகிழ்வு எய்தி அருச்சகர் மீது ஆவேசித்தருளித் தேசிகரை நோக்கி, "அன்புடையீர், நம் தரிசனத்தை உமக்குப் பிறகு மைந்தராகிய இந்த வரதாசாரியர் வளர்த்து வருவர்" என்று அருளிச் செய்தார். தேசிகரும், முதலிகளும் அதனைக் கேட்டு மகிழ்வெய்தினார்கள். பிறகு சடகோபன், தீர்த்தம், மாலை முதலியன தேசிகருக்கும், அவருடன் வந்த முதலிகளுக்கும் அளிக்கப் பட்டன. தேசிகரும் அவற்றைப் பெற்றுக் கொண்டு மகிழ்வுற்றுச் சென்று தம் உறையுளின்கண் எழுந்தருளி இருந்தார்கள். அங்ஙனம்

இருக்கையிலே வரதாசாரியர் திருவாய்மொழியின் விளக்க உரைகளுள் ஒன்றாகிய ஆறாயிரப்படி உரையை அதற்குத் தேசிகர் இயற்றிய உரையோடு தேசிகர்பால் பயின்று வரலானார். தேசிகர் பிரமதந்திர சுதந்திரசீயரை நோக்கி, "அன்புடையீர் நீரும் இதனை உடன் இருந்து பயிலலாகாதோ?" என்று கேட்டார். பிரமதந்திர சுதந்திரசீயர், தேசிகரை நோக்கி, "எம்மடிகாள், வரதாசாரியர்பால் உடையவர் சிறப்பாகத் திருவருள் நோக்கம் புரிந்தருளினார்; ஆதலின், அவரை எங்களை ஒப்பக் கருதாமல் குரவராகக் கருதி, அவர்பால் இந்த உரையைப் பயில விரும்புகின்றேன். அங்ஙனமே அந்த உரையை அடியேனுக்கு அருளும்படி அவரிடம் கூறியருளுதல் வேண்டும்" என்றார்.

அதனை அறிந்த வெண்ணெய்க் கூத்தசீயர் முதலியவர்களும் அவ்வாறே தேசிகரை வேண்டினார்கள். தேசிகரும் அவ்வாறே வரதாசாரியாருக்குக் கூறியருள, அவரும் அந்த உரையை பிரமதந்திர சுதந்திரசீயர் முதலியவர் களுக்கு அருளிவருவாராயினார். அப்போது பிரமதந்திர சுதந்திரசீயர் அவ்வரதாசாரியாரைப் பற்றி வடமொழியிலே ஒரு தனியனை இயற்றிப் பின்பு தேசிகரைப் பற்றி இரண்டு தனியன்களை இயற்றினார். மற்றை முதலிகள் தேசிகர்பாற் சென்று தேசிகரைப் பற்றிய அவ்விரண்டு தனியன்களையும் கூறி, "இவற்றுள் எதனை ஓதுதல் வேண்டும்?" என்று கேட்டார்கள். தேசிகர் அவர்களை நோக்கி, "அன்புடையீர்! ஸ்ரீமாந் வேங்கடநாதார்ய என்னும் தனியனைச் சீபாடியம் முதலிய வடமொழி நூல்களை ஓதும்போதும், ராமாநுஜதயாயபாத்ரம் என்னும் தனி யனைப் பகவத விடயம் முதலிய தமிழ்நூல்களை ஓதும்போதும் ஓதுதல் வேண்டும்" என்று அருளினார். அதனைக் கேட்ட பெரியோர்களும், "ஒக்கும், ஒக்கும்" என்று கூறியருளினார்கள். வரதாசாரியார் பிரமதந்திர சுதந்திரசீயர் முதலியவர்களும் அவ்வாறே ஓதி வரலானார்கள்.

### தேசிகர் பழையபடி கோயிலுக்கு அழகிய மணவாளன் எழுந்தருள வேண்டும் என வேண்டுதலும்,

### கோபநாராயணன் என்பவரால் அழகியமணவாளன் கோயிலுக்கு எழுந்தருளுதலும்

### தேசிகர் சென்று சேவித்தலும்

தேசிகர் பிறகு கோயிலுக்குச் சென்று திருநாராயணனையும் எதுகிரி நாச்சியாரையும் சேவித்து ஒரு சுலோகத்தால் அவர்களை வாழ்த்தி

விடைகொண்டு முதலிகளோடு சென்று சத்திய மங்கலத்திலே எழுந்தருளி இருந்தார். சத்தியமங்கலத்திலே எழுந்தருளி இருக்கையில் அவருக்குத் திருவரங்கநாதனைச் சேவிக்க வேண்டும் என்னும் பேரவா உண்டாயிற்று. அதனால் அபீதித்தவம் என்னும் துதிநூலை இயற்றி அழகிய மணவாளன் முன்போலக் கோயிலுக்கு எழுந்தருள வேண்டும் என்று வேண்டிக் கொண்டார். அழகிய மணவாளன் அவ்வேண்டு கோளுக்கு இரங்கிக் கோயிலுக்கு எழுந்தருளத் திருவுள்ளம் கொண்டருளினான். அதனாலே கோப நாராயணர் என்பவர் அழகிய மணவாளனைத் திருமலையினின்று எழுந்தருளப் பண்ணிக் கொண்டு போய்ச் செஞ்சியிலே உள்ள சிங்கபுரம் என்னும் பதியிலே எழுந்தருளப் பண்ணி அப்பெருமானை ஆராதித்துக் கொண்டிருக்கும்படி சிலருக்குக் கட்டளை இட்டுத் தம் படைகளுடன் கோயிலுக்குச் சென்று துருக்கர்களை வென்று, அழகிய மணவாளனை நாச்சிமார்களோடு எழுந்தருளும்படி செய்து பெரிய பெருமாளையும் அழகிய மணவாளனையும் ஒருங்கு இருக்கும்படி செய்து சேவித்து, நாள் வழிபாடு முதலியவற்றை நடப்பித்து மகிழ்வெய்தி இருந்தார். அழகிய மணவாளன் தேசிகர் கனவிலே எழுந்தருளி "அன்பனே, நீ வேண்டினபடியே நாம் நாச்சிமார்களோடு கோவிலிலே வந்துள்ளோம். நீ வந்து நம்மைக் காண்பாயாக" என்று அருளினான். தேசிகர் விடியலிலே துயில் நீங்கி எழுந்து அக்கனவைத் தம்மோடு உள்ள முதலிகளிடம் கூறிக் கொண்டிருந்தார். அப்போது சிலர் தேசிகர்பால் வந்து அவரை வணங்கி, "அடிகாள், கோபநாராயணர் என்பவர் தம்முடைய படைகளுடன் கோவிலுக்கு வந்து துருக்கர்களை வென்று அழகிய மணவாளனைக் கோயிலிலே எழுந்தருளும்படி செய்து, நாள்பூசை முதலியவற்றை நடப்பித்து வருகின்றார்" என்று கூறினார்கள்.

தேசிகர், தம்முடைய கனவும் சிலர் தம்பால் வந்து கூறியனவும் ஒத்திருத்தலை நோக்கி, மகிழ்வு எய்திக் குடும்பத்துடனும் முதலிகளுடனும் கோயிலுக்குச் சென்று, பெரிய பெருமாளையும் அழகிய மணவாளனையும் நாச்சிமார்களோடு சேவித்து வணங்கினார். அப்போது அவர் கண்களினின்று அருவி என நீர்பெருகி வருவதாயிற்று. அவர் உடல் முழுதையும் புளகம் போர்த்தது. அவர் மனம் அப்பெருமான் உருவமாகவே விளங்கிற்று. அவர் அப் பெருமானை நோக்கி, "எம்பெருமானே, உன்னை அடியேங்கள் இத்துணை நாள்கள்

பிரிந்திருக்கும்படி நிலைமை நேர்ந்ததற்குக் காரணம். அடியேங்கள் முற்பிறப்பிற் செய்த தவத்தின் குறைவேயாகும். உன்னை அடியேங்கள் பிரிந்து வருந்தும்படி செய்த தீவினை மிகக் கொடிதேயாகும். அடியேங்கள் இப்பொழுதேனும் சேவித்து மகிழும்படி உதவி புரிந்த கோபநாராயணர் தேவரீருடைய திருவடிகளைத் திரைகள் ஆகிய கைகளால் வருடிக் கொண்டிருக்கும் காவேரியாற்றின் மணலினும் பல ஆண்டுகள் வாழவும் அவருக்குச் செல்வம் காவேரியாற்றின் பெருக்குப் போல மேன்மேலும் வளரவும் அவருடைய குடும்பம் வாழையடி வாழையாக வழிவழி வளர்ந்து தழைத்து ஓங்கவும் நீ அருள் புரிதல் வேண்டும்" என்று அப்பெருமானை வேண்டினார். பிறகு, "எம்பெருமானே, இனிக் காலம் உள்ளவரையினும் ஒரு குறைவும் இன்றிக் கோயிலிலேயே எழுந்தருளி இருத்தல் வேண்டும்" என்று ஒரு சுலோகம் கூறிப் போற்றி வணங்கி அழகிய மணவாளனைக் கோயி லிலே எழுந்தருளும்படி உதவி செய்த கோபநாராயணரை சுலோகம் கூறி வாழ்த்தினார்.

## தில்லையிலே கோவிந்தராசப் பெருமாள்

தேசிகர் இங்ஙனம் முதலிகளோடு இருந்து தரிசனத்தை வளர்த்து வருகை யில் தில்லையினின்று ஒரு வைணவ தேவதாசி வந்து தேசிகர் திருவடி களை வணங்கி, "எம்மடிகாள், தில்லையில் உள்ளவர்கள் இப்போது ஒருவரோடு ஒருவர் பகை கொண்டிருக்கின்றார்கள். யாரேனும் ஓர் அரசருடைய உதவி இருந்தால் முன்னே தில்லையினின்று அகற்றப் பட்ட கோவிந்தராசப் பெருமானை அங்கு எழுந்தருளப் பண்ணுதல் முடியும்" என்று கூறினாள். தேசிகர் உடனே கோபநாராயணருடன் சென்று தில்லையிலே கோவிந்தராசப் பெருமானை எழுந்தருளச் செய்து ஒரு சுலோகம் கூறி, அப்பெருமானைப் போற்றி வணங்கிக் கோப நாராயணருக்கு விடை கொடுத்து அவரை அனுப்பி விட்டுக் கோயி லுக்கு எழுந்தருளினார். அப்போது சீநிவாசாசாரியார் என்பவர் பெருமாள் கோயிலினின்று வந்து தேசிகர் திருவடிகளை அடைந்து அவர் சிறந்த பல நூற்பொருள்களைக் கேட்டு அறிந்து கொண்டு சிறந்து விளங்கலானார்.

## பிரமசாரி பெற்ற பேறு

அப்போது பொருள் இல்லாதவன் ஆகிய ஒரு பிரமசாரி, சிலரிடம் சென்று, "கலியாணஞ் செய்து கொள்ளுதற்குப் பொருள் உதவுதல் வேண்டும்" என்று கேட்டான். அவனாற் பொருள் கேட்கப் பெற்ற வர்கள், தேசிகர்பால் மிக்க அழுக்காறு கொண்டவர்கள்; ஆதலின், அவர்கள் அவனை நோக்கி, "இளைஞனே! இப் பதியிலே வேதாந்த தேசிகர் ஒருவர் இருக்கின்றார். அவர் எல்லார்பாலும் அன்பும், அருளும் உடையவராய்த் தம்பால் வருபவர் யாராயினும் அவர்களை அன்புடன் வரவேற்று அவர்கள் வேண்டுவனவற்றை முகந்திரியாமல் வழங்கும் இயல்பினராய் விளங்குகின்றார். நீ அவர்பால் சென்றால் உன் மணத்துக்கு வேண்டிய பொருளைத் தடையின்றிப் பெற்றுச் செல்லுதல் ஆம். நீ வேறு இடங்களுக்குச் செல்லாமல் அவர்பால் செல்க" என்று கூறி, அவர் உள்ள இடத்தையும் அவனுக்குத் தெரிவித்து அனுப்பினார்கள்.

தேசிகர் அவற்றை எல்லாம் கேட்டுப் புன்னகை புரிந்து, அவனைத் தாயார் சன்னிதிக்கு அழைத்துச் சென்று வணங்கி, அவனை நோக்கி, "அன்புடைய இளைஞனே! நீ பெரிய பிராட்டியாரை வணங்கிப் போற்றிக் கொண்டிரு" என்று கட்டளை இட்டருளித் தாம் சீ துதியை ஓதிப் பெரிய பிராட்டியாரை வேண்டலானார். அப்போது பெரிய பிராட்டியார் திருவருளால் வேண்டிய அளவான பொருள் அந்தப் பிரமசாரியின் முன் வந்து விழுந்தது. தேசிகர் அந்தப் பிரமசாரியை நோக்கி, "அன்பனே! நீ இந்தப் பொருளை எடுத்துக் கொண்டு செல்க" என்று கூறினார். அந்தப் பிரமசாரி அளவற்ற வியப்பும், மகிழ்வும் எய்தித் தேசிகரை வணங்கி, அப் பொருளை எடுத்துக் கொண்டு அவர்பால் விடைபெற்றுக் கொண்டு சென்றான். அவனைத் தேசிகர்பால் ஏவினவர்கள் அதனை அறிந்து தேசிகர்பால் வந்து அவரை வணங்கி மன்னிப்புக் கேட்டுக் கொண்டு சென்றார்கள்.

## தடையும் விடையும்

தேசிகர் கோயிலிலே எழுந்தருளி இருக்கையில் தீய மனத்தர் சிலர் கோயிலின் அதிகாரியைத் தங்கள் வயம் ஆக்கிக் கொண்டு, வைணவர் கள் தக்க பிரமாணங்களைக் கூறில் அன்றிக் கோயிலிலே ஆழ்வார்கள் சிலைகளை எழுந்தருளப் பண்ணி வழிபடுதலையும் தடைப்படுத்தும்படி

கூறினார்கள். கோயில் அதிகாரியும் அவர்கள் சொல்லுக்கு இணங்கி அவற்றைத் தடுத்தார். அப்போது கோயிலிலே உள்ள பெரியோர்கள், தேசிகர்பால் சென்று "தேவரீர் கோயிலிலே எழுந்தருளி இருக்கையில், இங்ஙனம் நிகழ்தல் ஆகுமோ?" என்று கூறினார்கள். தேசிகர் அவர் களோடும், தம்மோடு உள்ள முதலிகளோடும் சென்று, திருமண்டபத் தில் எழுந்தருளி இருந்து, அத் தீய மனத்தினரையும், அதிகாரியையும் வருவித்து, "இவற்றைப் பற்றி என்னோடு வாதிப்பவர்கள் வாதிக்க லாம்" என்று கூறினார். அக் கொடியவர்கள், தேசிகரை வாதிக்காமல் இருக்கும்படி செய்யக் கருதி, அவர் வாய் அடங்கும்படி சில தீய மந்திரங்களைப் பயன்படுத்தினார்கள். தேசிகர் அதனை அறிந்து மிகச் சிறந்த மந்திரங்களையும் துவயத்தையும் கூற, அவர்கள் கூறின தீய மந்திரங்களால் அவர்களுக்கே தீமை உண்டாக, அக் கொடியவர்கள் அஞ்சி வந்து தேசிக ரைச் சரண் அடைந்தார்கள். தேசிகர் அருள் கூர்ந்து அவர்களை அத்தீமை அணுகாமற் செய்து, பின், கோயிலிலே நாலாயிரம் ஓதுதலுக்கும், ஆழ்வார்கள் சிலைகளைக் கோயிலிலே வைத்து வழிபடுதற்கும் உரிய பிரமாணங்களைக் கூறி அவர்களை வென்று, பிறகு அதிகாரியை நோக்கி, "அன்பரே, யாரேனும் தடை கூறுவதானால் நேரில் வந்து வாதிக்கலாமேயன்றி, இப்படிக் கோயி லிலே நாலாயிரம் ஓதுதல் முதலியவற்றைத் தடைப்படுத்தல் கூடாது" என்று கூறி, அக்கருத்துள்ள கட்டளைப் பத்திரத்தையும், கல்வெட்டை யும் ஏற்படுத்தி வைத்தார். பிறகு, அக் கொடியவர்களும், அதிகாரியும் தேசிகர் திருவடியை அடைந்து அவராலே திருவிலச்சினை முதலிய வற்றைப் பெற்று மேன்மை உற்றார்கள். பின், தேசிகர் திருமந்திரத்தின் பொருளை நன்கு விளக்கும் இரகசியதிரசாரம் என்னும் நூலையும், சாரதீபம், விரோத பரிகாரம் என்னும் நூல்களையும் இயற்றியருளினார். தேசிகர் பிறகு சீரங்க நாச்சியார் சந்நிதிக்குச் சென்று வணங்க, நாச்சியார் அர்ச்சகர்மேல் ஆவேசித்துத் தேசிகரை நோக்கி, "அரும்புலச் செல் வனே! இனி நீ நம்முடைய சந்நிதியில் இருந்தே அடியவர்களுக்கு நூற்பொருள்களைக் கூறுவாயாக" என்று அருளிச் செய்தார்.

## தேசிகர்பால் பொறாமை

சித்திரக்கூடச் செய்தியினும் ஆழ்வார்கள் நாலாயிரம் ஆகியவற்றைப் பற்றிய செய்தியினும் தேசிகர் வெற்றி பெற்றதைப் பெருமாள் கோயி லிலே உள்ள சிலர் கேட்டு அறிந்து கண்டு அவர் பால் அழுக்காறு

கொண்டு அவரை வெல்லுதற்கு உரிய புலமையை உடைய புலவர் எங்கு உள்ளனர் என்று ஆய்ந்து காசியிலே ஒரு பெரிய வித்துவான் இருக்கின்றார் என்பதை அறிந்து அவருக்கு "அரும்புலச் செல்வரே, இங்கு வேதாந்த தேசிகர் என்னும் பெரிய அறிஞர் இருக்கின்றார். அவர் விசிட்டாத்து வித சித்தாந்தக் கொள்கையினர். அவர் பல அத்துவித வித்துவான்களை வென்று, தம்முடைய சித்தாந்தத்தை நாட்டி வருகின்றார். அவரை அத்துவித வித்துவான்களுள் எவரும் வாதித்து வெல்லா விடின் அத்துவிதமே இன்னும் சில நாள்களிலே அழிந்துவிடும் என்பது உறுதி ஆதலின், தாங்கள் விரைந்து வந்து அவரோடு வாதித்து அவரை வெல்லுதல் வேண்டும்" என்று ஒரு திருமுகம் எழுதிச் சில ஆள்களின் மூலமாக அனுப்பினார்கள். அந்த வித்துவானும் பல நூல்களோடும் மாணாக்கர்களோடும் புறப்பட்டுப் பெருமாள் கோயிலுக்கு வந்து தமக்குத் திருமுகம் அனுப்பினவர்களிடம் சென்று தேசிகரைத் தம்மோடு வாதித்தற்கு வரச் சொல்லும்படி கூறினர். அவர்களும் அவர் கருத்தை அவ்வாறே தேசிகருக்குச் சென்று கூறினார்கள். தேசிகர் புன்னகை புரிந்து பிரமந்திர சுதந்திர சீயரை அந்த வித்துவானோடு வாதிக்க அனுப்பினார்.

பிரமதந்திர சுதந்திர சீயரும் திருமலை சீனிவாசாசாரியார் முதலிய முதலிகளோடு பெருமாள் கோயிலுக்குச் சென்று பேரருளாளனையும் பெருந்தேவித் தாயாரையும் வணங்கிப் பிறகு மண்டபத்தில் எழுந்திருந்து அந்த வித்துவானோடு ஏழு நாள்கள் வாதித்து அவனை வென்றார். அந்த வித்துவான் அவரை வேறு வகையாக வெல்லக் கருதி, அச்சீயரை நோக்கி, "அரும்புலச் செல்வரே! உம் அறிவின் நுட்பம் மிகப் போற்றற்கு உரியதே ஆகும். ஆயினும் சிகையோடும், பூணூலோடும் கூடிய உம்முடைய துறவிவேடம் சீதாப்பிராட்டியைக் கவர வந்த இராவணத் துறவியும், சுபத்திரையைக் கவர வந்த அருச்சுனத் துறவியும் கொண்ட வேடத்தை ஒத்திருக்கின்றதே! என்ன பயனைத் தரும்? வீடுபேற்றைத் தருமோ?" என்று கூறினர். சீயர், "அறிஞரே! எதையும் நன்கு கவனிப்பவர்களே அது அதனால் உளதாகும் பயனை இனிது உணர்வர். இராவணனும் அருச்சுனனும் கொண்ட சிகையோடும் பூணூலோடும் கூடின துறவி வேடம் அவர்கள் விழைந்த பயனை அளித்தது. அவர்களே வீடுபேற்றை விரும்பி இருப்பின் அவர்களுக்கு அதையும் அளித்திருக்கும்" என்று கூறினார். அந்த வித்துவான்

அவற்றைக் கேட்டு வியப்பு உற்றுச் சீயரை நோக்கி, "அரும்புலச் செல்வரே! நான் தங்களுக்கு வேதாந்த வாதத்தில் தோற்றமையின், தங்களை வேறுவிதத்தில் வெல்லக் கருதினேன். நான் கருதிக் கூறின வகையினும் தாங்களே வெற்றி பெற்றீர்கள்" என்று கூறிச் சீயரை வணங்கினான்.

## தேசிகர் ஒரு சிற்பியை வெல்லுதல்

தேசிகர்பால் அழுக்காறு உற்றவர்கள், "இவரை வேதாந்தத்திலே வெல்ல வல்லார் இலர்; இவரை வேறு கலையிலே வல்லவர்களைக் கொண்டே வெல்லும்படி செய்தல் வேண்டும்" என்று தமக்குள் முடிவு செய்து கொண்டு, சிற்பக் கலையிலே மிகவும் வல்லவன் ஆகிய சிற்பியை அழைத்துத் தேசிகரை வென்று வரும்படி கூறி அவனை அவர்பால் அனுப்பினார்கள். அச் சிற்பியும் தேசிகரிடம் சென்று அவரை நோக்கி, "அறிஞரே! நீர் சருவதந்திர சுதந்திரர் என்னும் விருதுப்பெயரை வைத்திருக்கின்றீரே! சிற்பக்கலையை அறிவீரோ? அறிந்திருப்பின், அக் கலையைப் பற்றி என்னோடு வாதிப்பீராக" என்றான். தேசிகர் அவனை நோக்கி, "அன்பனே! சிற்பிகளுட் பலர் சிற்பத் தொழிலைப் புரியக் கற்றிருப்பார்களே அன்றிச் சிற்பக்கலையைக் கற்றிரார்கள். நீர் சிற்பக் கலையையும் கற்றவராய் இருத்தல் மிக்க மகிழ்ச்சியை அளிக்கின்றது" என்று கூறி அவனோடு வாதித்து அவன் வாயை அடக்கினார். அச் சிற்பி தேசிகரை நோக்கி, "அரும்புலச் செல்வரே! நீர் சிற்பக் கலையிலே வல்லவர் என்பதை நான் முற்றும் ஒப்புக் கொள்ளுகின்றேன். ஆயினும், நீர் அத் தொழிலையும் புரிந்து காட்டினால்தான் வெற்றி பெற்றவர் ஆவீர்" என்று கூறினான். தேசிகர் அச் சிற்பியை நோக்கி, "அன்பனே! நீ யாது செய்யச் சொல்லுகின்றாய்?" என்று கேட்டார்.

அச் சிற்பி, "அறிஞரே! தங்களைப் போல ஒரு படிமம் செய்து தருதல் வேண்டும்" என்று கூறினான். தேசிகர், "அன்பனே! நீ, நாளைக்கு வருக; அவ்வாறே செய்து தருகின்றேன்" என்று கூறியரு ளினார். அச் சிற்பி, அவர் பால் விடைபெற்றுச் சென்றான். தேசிகர் பிறகு மெழுகினாலே தம்மைப் போல ஓர் உருவத்தினைச் செய்து வைத்தார். அச் சிற்பி அன்று இரவு துயில்கையில் அவன் கனவிலே அயக்கிரீவர் தோன்றி, "அன்பனே! நீ மிகச்சிறந்த அறிஞரோடு அவருடைய உயர்ந்த குணங் களையும் அவருடைய அரும்புல மேன்மையையும் அவர்

அடியவர்களுட் சிறந்தவரென்பதையும் உணராமல் வாதித்தனை, அதனால் நீ பெருங்குற்றம் செய்தவன் ஆனாய். அக்குற்றம் தீர அவரைப்போல ஒரு விக்கிரகத்தைச் செய்து அவர்பாற் செலுத்து வாயாக" என்று கூறியருளினார். அச் சிற்பி விடியலிலே எழுந்து தன் கடன்களை முடித்துக் கொண்டு, தேசிகர் பாற் சென்று, அவரை வணங்கி நின்றான். தேசிகர், தாம் மெழுகினாற் செய்து வைத்திருந்த படிமையை அவனுக்குக் காட்டினர். அச் சிற்பி, அதனைக் கண்டு வியப்பு உற்றுத், தான் இரவு கண்ட கனவை அவருக்குக் கூறி, அம் மெழுகு உருவின் துணை கொண்டு, தேசிகரைப் போல ஒரு சிற்பத்தைச் செய்து கொண்டு தேசிகர்முன் அந்த சிற்பத்தை வைத்துத் தன் குற்றத்தை மன்னித்தருள வேண்டும் என்று கூறி அவரை வணங்கினான். தேசிகர் மகிழ்ந்து அவனை வாழ்த்தினார். அச்சிற்பி பிறகு பிரமதந்திர சீயர் துணை கொண்டு தேசிகரை அடைந்து அவரால் திருவிலச்சினை முதலிய ஐந்து அங்கங்களையும் அளிக்கப் பெற்று அவருடைய சீடர்களுள் ஒருவன் ஆக விளங்கினான்.

பிரமதந்திர சுதந்திர சீயர் முதலியவர்கள், தேசிகரைப் பற்றிப் பல வடமொழித் தனியன்களையும், தமிழ்த் தனியன்களையும், வாழி திருநாமங்களையும் இயற்றினார்கள். பெரியோர்கள் அவற்றை ஏற்று மகிழ்ந்து, அவற்றை ஓதுதற்கு உரிய முறைகளையும் ஏற்படுத்தினார் கள். தேசிகர் இங்ஙனம் நூறு ஆண்டுகள் வாழ்ந்து இராமானுசர் கொள்கைகளைப் பல நூல்களாக இயற்றியும், பலருக்கு அத் தரிசனத் தின் பொருள்களை விளக்கிக் கூறியும், பிற மதத்தினரை வாதித்து வென்றும் வளர்த்து வந்தார்.

தேசிகர் திருவடியை அடைந்த முதலிகளுள் அவரோடு இருந்து தரிசனத்தை வளர்ப்பவர்களாகியும்; அவரைப் பிரியாமல் அவரோடு இனிது இருப்பவர்களாகியும் அவருக்கு உற்ற துணைவர்களாகியும், இருந்தவர்கள் பன்னிருவர் ஆவர். அவர்கள்: வரதாசாரியார், பிரம தந்திர சுதந்திர சீயர், வெண்ணெய்க் கூத்த சீயர், பிரபாகர சீயர், குஞ்சம்பூர் இராமானுசாசாரியார், கந்தாடை எம்பார், திருமலை சீனிவாசாசாரியார், திருமலை நல்லான், தீர்த்தப் பிள்ளை, கிடாம்பிப் பிள்ளை,குமாண்டூர்ப் பிள்ளை, தூப்புல் அப்பை என்பவர்கள் ஆவார் கள். தேசிகர் பிறந்த மாதமும் நாளும் புரட்டாசித்திங்கள் திருவோண நாள்.

வஞ்சப் பலசமயம் மாற்றவந்தோன் வாழியே
 மன்னுபுகழ்ப் பூதூரர் மனமுவப்போன் வாழியே
கஞ்சத் திருமங்கை உகக்கவந்தோன் வாழியே
 கலியனுரை குடிகொண்ட கருத்துடையோன் வாழியே
செஞ்சொல் தமிழ்மறைகள் தெரிந்துரைப்போன் வாழியே
 திருமலைமால் திருமணியாய்ச் சிறக்கவந்தோன் வாழியே
தஞ்சப் பரகதியைத் தந்தருள்வோன் வாழியே
 சாற்றுதமிழ்த் தூப்புல்திரு வேங்கடவன் வாழியே.

நானிலமும் தான்வாழ நான் மறைகள் தாம்வாழ
மாநகரின் மாறன் மறைவாழ – ஞானியர்கள்
சென்னியணி சேர்தூப்புல் வேதாந்த தேசிகரே
இன்னுமொரு நூற்றாண் டிரும்.